நிலவுக்குத் தெரியும்

நிலவுக்குத் தெரியும்

நிலவுக்குத் தெரியும்

சந்திரா இரவீந்திரன்

வடமராட்சி – பருத்தித்துறையில் மேலைப்புலோலியூர், ஆத்தியடியைப் பிறப்பிடமாகக் கொண்டவர். இவரது முழுப் பெயர் சந்திரகுமாரி இரவீந்திரகுமாரன். 1991இல் பிரித்தானியா விற்கு இடம்பெயர்ந்து தற்போது இலண்டனில் வசித்து வருகிறார். யாழ்.பல்தொழில்நுட்பக் கல்லூரியில் மேற்கல்வி கற்று, 1991வரை யாழ். அரச செயலகத்தில் பணியாற்றியவர்.

1981இல் வெளியான 'ஒரு கல் விக்கிரகமாகிறது' இவரின் முதல் சிறுகதை. செல்வி சந்திரா தியாகராஜா என்ற பெயரில் இலங்கையின் பத்திரிகைகள், சஞ்சிகைகள் வாயிலாக, சிறு கதை, குறுநாவல் படைப்புகள் மூலம் குறிப்பாக அறியப்பட்டவர்.

1988இல் வடமராட்சியில் இவரது 'நிழல்கள்' முதல் சிறுகதைத் தொகுதி பருத்தித்துறை – யதார்த்தா இலக்கிய வட்டத்தினால் வெளியிடப்பட்டது. திருமணத்தின் பின் 'சந்திரா இரவீந்திரன்' என்ற பெயரில் இவரின் படைப்புகள் வெளிவருகின்றன.

இலண்டனில் 2007ஆம் ஆண்டுவரை ஏழு வருடங்கள் 'அனைத் துலக ஒலிபரப்புக் கூட்டுத்தாபனம்' ஊடகத்தில் குறிப்பிடத்தக்க இலக்கிய நிகழ்ச்சிகளைத் தயாரித்து வழங்கி வந்தவர். இலண்டனில் இயங்கும் தமிழர்த் தொண்டு நிறுவனங்களில் தொண்டாற்றி வருவதுடன் சமூகப்பணிகளிலும் ஈடுபாடு கொண் டுள்ளவர். தற்போது வர்த்தக நிறுவனமொன்றில் பணியாற்றிக் கொண்டிருக்கிறார்.

மின்னஞ்சல் : chandra363@gmail.com

சந்திரா இரவீந்திரன்

நிலவுக்குத் தெரியும்

காலச்சுவடு பதிப்பகம்

நிலவுக்குத் தெரியும் • சிறுகதைகள் • ஆசிரியர் : சந்திரா இரவீந்திரன் • © சந்திரகுமாரி இரவீந்திரகுமாரன் • முதல் பதிப்பு : நவம்பர் 2011 • வெளியீடு : காலச்சுவடு பப்ளிகேஷன்ஸ் (பி) லிட்., 669 கே. பி. சாலை, நாகர்கோவில் 629 001.

காலச்சுவடு பதிப்பக வெளியீடு : 411

nilavukkut teriyum • Short Stories • Author : cantiraa iraviintiran • © Chandrakumari Raveendrakumaran • Language : Tamil • First Edition : November 2011

Published by Kalachuvadu Publications Pvt. Ltd., 669 K.P. Road, Nagercoil 629 001, India • Phone : 91 - 4652 - 278525 • e-mail : publications@kalachuvadu.com

ISBN : 978-93-80240-66-4

11/2011/S.No. 411, kcp 721, 18.6 (1) 600

என்னுயிர்த் தாய் மண்ணுக்கு

நன்றி

என் பணிக்கு என்றும் தன் அன்பால் உரமூட்டும்
என் அன்னைக்கும்
என் இனிய குடும்பத்தின் மூலாதாரமாய் இருக்கும்
என் அன்புக் கணவருக்கும்
என் பொழுதுகளை எனக்காக உவந்தளிக்கும்
என் அன்புக் குழந்தைகளுக்கும்
இந்நூல் உருவாக்கத்திற்கு எல்லா வகையிலும்
முன்னின்று செயற்பட்டு,
என்னை ஊக்குவித்து உற்சாகப்படுத்திய
என் அன்பு நண்பர் உமா வரதராஜனுக்கும்
காலச்சுவடு பதிப்பக அன்புள்ளங்களிற்கும்
என்றென்றும்

என் நன்றிகள்!

பொருளடக்கம்

துயரத்தின் நெடும்பயணம்

சந்திராவின் சிறுகதைகள் சில 'நிழல்கள்' என்ற தொகுப்பாகப் பல வருடங்களிற்கு முன்னர் வெளியானது. 'நிலவுக்குத் தெரியம்' அவரது இரண்டாம் தொகுப்பு.

அவரும் நானும் ஒரே நாட்டைச் சேர்ந்தவர்கள் என்றபோதும் ஆளை ஆள் நேரில் இன்னமும் சந்தித்த தில்லை. இந்த நாட்டில் அவர் இங்கிருந்த காலத்தில் ஈடுபட்ட இலக்கிய முயற்சிகள் பற்றியும்கூட நான் அறிந்து வைத்ததில்லை. ஈழத்தின் கிழக்குப் பகுதியைச் சேர்ந்த வன் நான். சந்திராவின் பூர்வீகம் வட பகுதி. எங்கள் இரண்டு பகுதிகளுககும் இடைப்பட்ட தூரம் அண்ணள வாக 400 கிலோ மீற்றர்கள் இருக்கலாம். இயல்பான வாழ்க்கையும், சாதாரணமான சூழ்நிலையும் கொண்ட ஒரு நாட்டில் வாகனம் மூலம் தரைவழிப் பயணமாக ஆறேழு மணித்தியாலங்களில் அடைந்துவிடக்கூடிய தூரந்தான் இது. ஆனால் 83க்குப் பிந்திய அரசியல் நிகழ்வுகள் எல்லாவற்றையுமே மாற்றிவிட்டன. யாழ்ப் பாணம் என்பது எங்களைப் போன்றவர்களுக்குப் பிரகடனப்படுத்தப்படாத ஒரு மூடுண்ட பிரதேசம் ஆயிற்று. இதே நிகழ்வுகளும், சூழலும் ஈழத்துத் தமிழ் இலக்கியத்தின் பேசுபொருளையும் வேறொரு திசையை நோக்கி நகர்த்தின.

மூடுபனியின் திரையொன்று என் கண்களில் படாமல் மறைத்து வைத்த ஓர் உருவமாகச் சந்திரா இப்போது தென்படுகின்றார்.

சந்திராவின் ரசனைகளை அண்மைக் காலமாக ஓரளவு அறிவேன். அவருக்கு முருங்கைக்காய்க் குழம்பு என்றால் மிகவும் பிடிக்கும். சாப்பாட்டு மேசையில்

முருங்கைக்காய்க் கறியை எந்த ரூபத்தில் கண்டாலும் என் முகம் சுருங்கிவிடும். எனக்கோ சோகமான சினிமாப் பாடல்கள் என்றால் வெகு இஷ்டம். 'ஏகாந்தமாம் இம் மாலையில்', 'கல்யாண ஊர்வலம் வரும்', 'கனவு கண்ட காதல்', 'மலரோடு விளையாடும் தென்றலே', 'நிலவே என்னிடம் நெருங்காதே', 'உறவுமில்லை, பிரிவுமில்லை' – இப்படியான பல பாடல்களைக் கொண்டது என் பட்டியல். ஆனால் சந்திராவுக்கு உற்சாகத்தை யும் கொண்டாட்டமான மனநிலையையும் பிரதிபலிக்கும் பாடல் களில் மிகவும் ஆர்வம். எல்.ஆர். ஈஸ்வரி அவருக்கு மிகவும் பிடித்த பாடகிகளில் ஒருவர். அதன் காரணத்தைக் கேட்டபோது அவர் என்னிடம் சொன்ன பதில் இது – "நிஜ வாழ்க்கையில் சந்தித்த துயரங்கள் போதாதா? பாடல்களிலும் அது தொடர வேண்டுமா?"

இப்படிப் பல விஷயங்களில் எமக்குள் ரசனை வேறுபாடு கள் இருந்தபோதிலும் அவற்றையெல்லாம் பொருட்படுத்தாமல் ஒதுக்கி வைத்து, ஒரு மகா சாகரத்தின் மணல்திட்டொன்றில் நாம் இணைந்து நிற்கிறோம். உயிர்த் துடிப்பு நிறைந்த எந்த இலக்கியப் படைப்பும் கொண்டிருக்கும் 'பாசாங்கின்மை' என்ற அம்சத்தினால் நாங்கள் கண்டடைந்த இடம் அது.

ஈழத்தின் அநேகமான எழுத்தாளர்களின் படைப்புகள் என்னை அவ்வளவாகக் கவர்ந்ததில்லை. ஒரு படைப்புக்கான கடின உழைப்பை, அதன் பெறு பேறான கலைத் தரத்தை நான் இங்குக் கண்டதில்லை. மேடையில் ஒலி வாங்கி முன்னால் தொண்டையைச் செருமிக்கொண்டு உரத்த தொனி யுடன் தன் குரலின் எதிரொலியைப் பரீட்சித்துப் பார்க்கும் பிரசங்கி ஒருவனின் உரையை அவர்களுடைய படைப்புகள் நினைவுபடுத்திக் கொண்டேயிருக்கும். ஒரு திரளான கூட்டத்தை நோக்கிப் பேசுவதைப் போன்றதே அவனின் பாவனை. தனக்குத் தானே அவன் ஒருபோதும் பேசிக்கொள்ள விரும்புவதில்லை. தன் ரசனைகளை, தெரிவுகளை ஒரு புறம் ஒதுக்கி வைத்து விட்டுக் காலம், சூழல் அறிந்து நேயர் விருப்பத்தை நிறை வேற்றும் வானொலி அறிவிப்பாளன் வேஷத்துடனும் அவ்வப் போது அவன் தோன்றுகிறான். எழுபதுகளில் இங்கிருந்த அரசியல் தலைமைத்துவத்துக்கு அமைவாக 'வர்க்க முரண் பாட்டு' இலக்கியப் படைப்புகளை அவர்கள் 'தயாரித்துக்' கொண்டிருந்தார்கள். 80களின் பிற்பகுதியிலிருந்து இங்கு மாற்ற மடைந்த அரசியல் நிலைமைகளுக்கு ஏற்ப இவர்களில் அநேகம் பேர் தங்களுக்குச் 'சுண்ணாம்பு அடித்து' நிறத்தை மாற்றிக் கொண்டார்கள்.

அப்போதிருந்து சுமார் 2000ஆம் ஆண்டுவரையிலான பகுதி தமிழ்த் தேசியம்பற்றிய போலி இலக்கியப் படைப்புகளின் உற்பத்திக் காலம். இந்த வறட்டு எழுத்தாளர்கள் பத்திரிகைகளிலும் அதிகார மையங்களிலும் முக்கியத்துவம் பெற்று ஊர்வலம் வந்தார்கள். எந்தக் கொள்கைக்கும் விசுவாசமற்ற இவர்கள், காற்றின் திசையறிந்து பாய்மரக் கப்பல் செலுத்துவதில் வல்லவர்கள். விருதுகளையும் பட்டங்களையும் பொன்னாடைகளையும் கெஞ்சிக் கூத்தாடிப் பெற்றுத் தம்வசம் ஆக்கினார்கள்.

அகத் தூண்டல், மன உந்துதல், சிருஷ்டித்துவம் சார்ந்த மன எழுச்சி என்பவை இல்லாமல் தயாரிக்கப்படும் படைப்பு களைக் கொண்டாடும் ஒரு போக்கு இங்கே நீண்ட காலமாக உண்டு. தீபாவளி, கிறிஸ்துமஸ், ஈகைத் திருநாள், சுனாமி, முள்ளிவாய்க்கால், அரசியல்வாதிகளின் ஜனன, மரண தினங் கள், அப்பா – அம்மா, தாத்தா – பாட்டி, மாணவர் – ஆசிரியர், காதலர் – காவலர் தினங்களை ஒட்டிப் படைப்புகள் 'தயாரிக் கும்' ஒரு போக்கு அது. உலகத்தின் பிற பாகங்களிலிருந்து வெளியாகும் சிறந்த இலக்கியப் படைப்புகளை வாசித்தறியாத இவர்கள் குண்டுச் சட்டிக்குள் தங்கள் கற்பனைக் குதிரைகளை ஒட்டிக்கொண்டிருக்கிறார்கள். இவர்கள் ஒரு கதை பண்ணப் பத்திரிகைச் செய்தியொன்று போதுமானது. அல்லது ஒரு சித்தாந்தம், தத்துவம் என்பவை போதுமானவை. ஈழத்து இலக்கியச் சூழலில் இந்தப் 'பொய்மைகளும்', 'பாசாங்குகளும்' தங்களைப் பெரும் படைப்பாளிகளாக ஸ்தாபிக்கப் படும்பாடு சொல்லி மாளாது.

இவற்றுக்கெல்லாம் விதிவிலக்காக ஈழத்தில் சில எழுத்தாளர்கள் இருந்தன. இப்போதும் இருக்கின்றனர். ஒரு வாழ்க்கையை வாழ்ந்து எழுதியமைக்கும், கற்றறிந்து எழுதி யமைக்கும், கற்பனையில் கிறுக்கியமைக்கும் ஏகப்பட்ட வித்தியாசங்கள் உள்ளன. செயற்கைப் பூவை அடையாளங் காண இயலாத தோட்டக்காரன் எங்காவது இருப்பானா? உயிர்த் துடிப்புடன், அனுபவ வாசனையைப் பரவவிட்ட ஈழத்து எழுத்தாளர்கள் வெகு சொற்பம். இந்தக் கதைகள் மூலம் அந்தச் சொற்பமானவர்களில் ஒருவராகச் சந்திராவை அடையாளங்காண இயலும். அவருடைய கதையுலகத்தை அனுபவ ஒளி பிரகாசிக்கச் செய்கின்றது. ஓர் இலக்கிய வாசிப்பின் முக்கிய அம்சமே இதுதான். தன் அனுபவங்களை ரத்தமும், சதையுமாகப் பகிர்தல். யதார்த்தமான உலகமொன் றுக்குள் வாசகனுடன் சேர்ந்து பயணித்தல். சந்திராவின் பெரும் பாலான கதைகள் அவற்றுக்கு உதாரணங்களாக அமைகின்றன.

ஈழத் தமிழரின் துயர் நிறைந்த, அவலமான வாழ்க்கைக்கு இன்னமும் முடிவில்லை. 83இல் கூர்மையடைந்த இனப் போராட்டத்தின் எழுச்சிகள் – வீழ்ச்சிகள், பெருமிதமான தருணங்கள், துன்ப நிகழ்வுகள் என எல்லாவற்றின் போதும் ஒரு பார்வையாளனாக இந்த மண்ணில் நான் இருந்திருக் கிறேன். அரும்பு நிலையிலிருந்து, விருட்சமான அதனுடன் சேர்ந்தே நானும் வளர்ந்தவன்.

"நிஜத்தில் சந்தித்த சோகங்கள் போதாதா? பாடல்களில் வேறு அது தொடர வேண்டுமா?" என்ற சந்திராவின் கேள்விக் குப் பின்னால் ஆயிரம் அனுபவங்கள் இருந்திருக்கலாம். நேசத்துக்குரிய பலரை என்னைப்போலவே அவரும் இழந் திருக்கக்கூடும். வருகின்ற வழியில் மின் கம்பத்தில் சுட்டுக் கொல்லப்பட்டுத் தொங்கும் சடலங்களைக் கண்டிருக்கலாம். துண்டிக்கப்பட்டுக் கம்பொன்றில் கொழுவப்பட்ட தலையொன் றின் முழிகள் மூடாமல் விழித்தபடி இருப்பதைப் பார்த்து அதிர்ந்து போயிருக்கலாம். மீசை அரும்பாத சிறுவர்களின் படுக்கைகள் வெறுமையாயிருப்பதைக் காலையில் கண்டு மாரிலடித்துப் புலம்பியிருக்கலாம். வீடு துறந்து அக்கரை நோக்கிப் பயணப்பட்டவர்களை நோக்கிக் கண்ணீர் தளும்பக் கையசைத்திருக்கலாம். முறுக்கேறிய உடல்களுடன் நாடு நோக்கி மறுபடியும் வந்தவர்களைக் கண்டு பூரிப்பும், பதட்டமும் அடைந்திருக்கலாம். சென்ற வழியில், அல்லது வந்த திசையில் வழி மறிபட்டு, படகுடன் மூழ்கி, பாக்கு நீரிணை அதன் கரை நோக்கிக் கக்கிய சடலங்களைப் பார்த்திருக்கலாம். வேட்டை நாய்கள்போல் ஊர் வீதிகளில் இரவெல்லாம் உறுமிக்கொண்டு திரியும் இராணுவ வாகனங்களால் உறக்கத்தை இழந்திருக்க லாம். கூட்டிப் பெருக்கிய முற்றத்தைச் சப்பாத்துக் கால்கள் ஆக்ரோஷத்துடன் உழக்கியிருக்கலாம். ஊரையே உலுக்கி, ஸ்தம்பிக்கச் செய்யும் கண்ணி வெடிச் சத்தங்களை அவ்வப் போது கேட்டிருக்கலாம். செல்லும் வழியெங்கும் குறுக்கிடும் சோதனைச் சாவடிகளில் இனத்தின் பெயரால் அவமானப் படுத்தப்பட்டிருக்கலாம். மீட்பர்கள்போல் கைகளை அசைத்தபடி வந்த இன்னொரு நாட்டு ராணுவத்தினர் நெஞ்சில் பால் வார்த்திருக்கலாம். வந்த மனம் மாறுமுன்பே அவர்கள் கைகளில் முளைத்த ஆயுதங்கள் மறுபடியும் நம் நெஞ்சை நோக்கியே திரும்பியிருக்கலாம். சுற்றி வளைப்புகளில் சிக்கி மயான வெளிகளுக்கோ, இராணுவ முகாம்களுக்கோ அழைத்துச் செல்லப்பட்டிருக்கலாம். அங்கே முழங்காலில் மண்டியிட வைத்து, பின்னந்தலையில் கைத்துப்பாக்கி முனை யால் அழுத்தியிருக்கலாம் ... இப்படி எவ்வளவோ. அவரின்

கதைகள் மனத்தை உலுக்கும் இத்தகைய உண்மைகளின் வலிகளைச் சுமந்தபடி நகர்ந்து செல்வதைக் காணலாம்.

இந்த நூலின் ஆசிரியை ஒரு கட்டத்தில், தவிர்க்க இயலாத சூழலில் துயரங்களை மனத்தில் சுமந்துகொண்டு நாட்டைவிட்டு வெளியேறியவர். இந்த வகையில் அவருடைய கதைகளுக்கு இன்னொரு பரிமாணமும் கிடைக்கின்றது. அவருடைய கதை கள் மூன்று வகையான நிலப் பகுதிகளுடன் தொடர்புபடுகின் றன. அவர் பிறந்து, வளர்ந்த யாழ்ப்பாண மண். புகலிடம் நோக்கிய பயணத்தில் இடைத்தங்கல் நாடாக அமைந்த நைஜர். இறுதியாக அவர் சென்றடையும் ஐரோப்பாவில் லண்டன். இந்த அனுபவம் எல்லா எழுத்தாளர்களுக்கும் வாய்ப்பதில்லை. வாய்த்தாலும் அநேகமான எழுத்தாளர்களின் அனுபவங்கள் இலக்கியப் படைப்புகளில் சிறப்பாக வெளிப்படுவதில்லை. இந்தக் குறிப்புகளின் பின்னணியிலேயே சந்திராவின் படைப்பு களைப் பார்க்க வேண்டியுள்ளது.

இன்றைக்குச் சந்திரா சோக ரசத்தைத் தவிர்க்க முயல் வதற்குப் பல காரணங்கள் இருந்தபோதும் அவருடைய கதை களில் அது பின்னிரவில் பூத்த மல்லிகையின் மணமாகப் பரவி யிருப்பதை நாம் காணலாம். துயரத்தின் வடிவம் ஒப்பாரியாகத் தான் இருக்க வேண்டுமென்றுமில்லை. மனத்தில் உறைந்து போன கண்ணீரின் பாறைகளாகவும் இருக்கக்கூடும். சந்திரா வின் கதைகள் சுமந்திருக்கும் துயரம் இரண்டாவது வகை சார்ந்தது. ஒரு பெருங்கடலின் சீற்றமான பேரலைகளாக இவை இல்லாமல், கரையோரம் மெல்ல வந்து தன் ரகசியத்தைத் திரும்பத் திரும்பச் சொல்லி மீள்கின்ற சிற்றலைகள் போல் வெளிப்படுகின்றன.

தன் துயரம் பற்றி மட்டும் பேசாமல், தன்னைச் சுற்றி யுள்ளவர்களின் துன்பங்கண்டும் அது பேச முயல்கின்றது. அவர்கள்பால் இரக்கம்கொள்கிறது. ஒடுக்குமுறை கட்டவிழ்த்து விடப்படும்போது அது செய்வதறியாது பீதியில் உறைகிறது. கதியற்று, மார்க்கமற்றுக் கைகளைப் பிசைகின்றது.

இத்தகைய துயரங்களுடன்தான் சந்திராவின் கதைகளும் பின்னிப்பிணைந்து கிடக்கின்றன. அவருடைய கதைகளில் துயரங்களின் வடிவங்கள் மாறுபடுகின்றன. ஆனால் அவை எல்லாவற்றையும் இணைக்கப் பார்ப்பது துயரம் என்ற இழை தான்.

'பால்யத்தில்' சந்திக்கும் தாழ்த்தப்பட்ட இனத்தைச் சேர்ந்த பத்மாவதி தன் மனத்தில் போட்டு மூடி வைத்திருக்கும்

துயரத்துக்கு ஓர் அளவில்லை. அவளை உயர்சாதியினரும் ஒடுக்குகின்றனர். சொந்த வீடும் வாட்டி வதைக்கின்றது. விசாலி ஒரு கட்டத்தில், பெண் என்ற அடையாளத்தின்கீழ் தன்னை அவளாகக் காண்கின்றாள். உலகின் மொத்த ஆண்கள் மீதான வெறுப்புணர்வாக அது மாற்றமடைகின்றது. பின்னொரு காலத் தில் இன்னொரு 'பத்மாவதி' வேறொரு மொழி பேசும் பன்னிரண்டு வயது சிறுமியாக, ஆப்பிரிக்காவின் நியாமி என்ற நகரத்தில் தோன்றி மறைகின்றாள். நியாமி நகரத்தின் விடுதி யொன்றின் அறையில் காத்திருக்கும் பணக்காரனைத் திருப்திப் படுத்த வந்து, இரண்டு மணித்தியாலங்கள் அவனுடன் தங்கி விட்டுச் செல்கிறாள் அந்தச் சிறுமி. துயரத்தின் கொடுங்கரங்கள் நீளாத இடந்தான் ஏது?

'தரிசு நிலத்து அரும்பாக' வரும் ராசன் என்ற பையனுக்கு அம்மா, அப்பா என்று யாருமே இல்லை. அப்பாவை அவனுக்கு அறவே தெரியாது. அம்மா யார் என்பதை அவள் பஸ் ஒன்றில் வைத்து வெட்டிக் கொல்லப்பட்ட பின்னரே அவனால் அறிந்து கொள்ள முடிகின்றது. மாங்குளப் பக்கக் காட்டுப் பகுதித் தோட்ட மொன்றில் வேலை பார்க்கும் அவன் முகம் கோணாமல், சிரித்தபடி துடிப்புடன் இயங்குகின்றான். ஆனால் அவன் மனத் தில் ஒளிந்திருக்கும் துயரம் ஒரு பொழுதில் வெளிப்பட்டுவிடு கின்றது. நகரத்துக்கு வந்துபோகக் கொள்ளை விருப்பம் கொண்டுள்ள அவனிடம் தன்னை யாரென்று நிருபிக்கத் தேவை யான அடையாள அட்டை இல்லை. இந்த நிலையில் கூண்டுக் கிளி போன்ற அவன், விடுதலையை நாடுவதையும், வேறொரு திசையை நோக்கி நகர்வதையும் யாரால்தான் தடுக்க முடியும்? அவனுடைய இளமைக் காலத்தை இருட்காட்டுக்குள் தள்ளிய துயரத்தை என்னவென்பது?

இன்னொரு கதையில் வரும் வீடு, அதன் குதூகலங்களை இழந்து சந்தித்த துயரங்கள்தான் எவ்வளவு? நிலவில் நீரிறைத்து நீராடி மகிழ்ந்த பொழுதுகள், பந்தயங்கள் பிடித்து விளையாடிய கணங்கள், தோப்படித்து விளையாடிய வேளைகள், அம்மா குழைத்துத் தந்த சோற்றை அடிபிடிப்பட்டு வாங்கி உண்ட சந்தர்ப்பங்கள், ஆளுக்கால் கேலி பண்ணிச் சிரித்த நேரங்கள் ... எல்லாம் பழங்கனவுகளாய் ஆன நிலையில் அந்த வீடு துயரம் மேலிட மேலிட ஒரு கட்டத்தில் அழத் தொடங்கு கிறது.

போர்க் களத்தில் நின்ற மகனின் அகால மரணச் செய்தி எட்டிய வேளையில், வாய்விட்டு அழக்கூட முடியாத நிலையி லிருக்கும் ஒரு தாயைக் கொண்டிருக்கிறது இன்னொரு வீடு.

மனத்துள் புதைத்து வைத்திருக்கும் துயரத்தை வெளியே கொட்ட அவள் காத்திருக்க வேண்டியிருக்கிறது. அருகிலிருக்கும் இராணுவ முகாம் காலியான பின்னர்தான் அவள் மாரிலடித்து ஒப்பாரி வைக்கிறாள்.

இழந்துபோன 'எமது கடலின்' துயரம் நெய்தல் நினைவு களாக விரிகின்றது. 'நமக்கான கடல் இப்போது நமதல்ல' என்பதால் ஏற்பட்ட துயரம் அது. கடல் பற்றிய நினைவுகள் பின்னர்க் கடலின் தாண்டவம் பற்றியதாக நீட்சி கொள்கின்றது.

'வல்லை வெளி தாண்டி' சகோதரியின் வீட்டுக்குத் தன் கணவனுடன் செல்லும் ஒருத்தி, இருந்தும் இல்லாமல்போன தன் சகோதரனைத் துப்பாக்கியும் கையுமாக நீண்ட நாட் களுக்குப் பின்னர்ச் சந்திக்கின்றாள். அந்தச் சந்திப்புத் தரும் பரபரப்பும், சந்தோஷமும் நீண்ட நேரம் நிலைப்பதில்லை. காலம் தப்பி வந்து வயலின் பயிரை ஏமாற்றிச் செல்லும் சிறு மழைபோல இழப்பின் துயரை மேலும் அதிகரிக்கச் செய்கிறது இந்தச் சந்திப்பு.

'யாசகத்தில்' வருகின்ற பெண் தன் கனவுகளுக்கும், கற்பனைகளுக்கும் ஈடுகொடுக்கக் கூடிய ஒருவன் கணவனாக வாய்க்காததில் துயருறுகிறாள். வாய்த்த வாழ்க்கைக்கும், தாயின் சிறகடியில் வாழ்ந்த காலத்துக்குமாக அவளுடைய மனம் ஊஞ்சலாடிக்கொண்டிருக்கின்றது.

'அவர்கள் இல்லாத தேசம்' – ஒரு காலக்கட்டத்தில் பலரும் படகேறி அக்கரைக்குப் போகின்றார்கள். திடகாத்திர மான உடலுடனும் கம்பீரமான நடையுடனும், எம்.ஆர்.73 துப்பாக்கியுடனும் ஒரு நாள் கணேசு மாமா அக்கரையிலிருந்து மீண்டும் இங்கே வந்திறங்குகிறான். அப்போது சின்னப் பைய னாக இருக்கும் பகீருக்கு அவன் ஆதர்ஷ புருஷனாகத் தோன்றுகின்றான். ஒரு கட்டத்தில் கடற்கரையில் மூன்று சடலங் கள் கரையொதுங்குகின்றன. அவற்றில் ஒன்று கணேசுவி னுடையது. இந்தப் பேரிடியான துயரத்துடன் இன்னொரு துயர மும் அந்த வீட்டை மூழ்கடிக்கிறது. இப்போது பகீரும் 'காணாமல்' போய்விட்டான்.

வேர்களை இழந்து, பரதேசிகளைப்போல எங்கெல்லாமோ அலைந்து திரியும் ஒரு இனத்தின் துயரத்தைக் 'காற்றில்' காணலாம். அவர்கள் சிரிக்கிறார்கள். சமைக்கிறார்கள். சாப்பிடு கிறார்கள். நைல் நதியின் ஒரு துண்டை நிலவொளியில் கண்டு ரசிக்கிறாள் அவள். ஆனாலும் அவளினதும் அவளைச் சுற்றி யிருக்கும் அவர்களினதும் மனங்களோ துயரங்களின் வலியைச்

சுமப்பவை. பயணத் தரகன் ஒருவன் அத்துமீறும்போதுகூட வேறுவழியில்லாமல் அவர்களில் ஒருத்தி அதனால்தான் மௌனமாக நகர வேண்டி இருக்கின்றது.

ஒருவழியாகப் போய்ச் சேர்ந்த இடத்திலும் சக மனிதர் களை நேசிப்பவர்கள் அரிதாகவே இருக்கிறார்கள். விஷமமும், குரூரமும்கொண்ட மனிதர்களுக்கு அங்கும் பஞ்சமில்லை. ஒரு பையனின் பாலியல் சுதந்திரத்தையும், தேர்வையும் கேலி செய் வதில் அவர்கள் குரூரமான சந்தோஷம் காண்கிறார்கள்.

அண்மையில் ஈழத்துப் பேராசிரியர் ஒருவர் இலக்கியக் கூட்டமொன்றில், எஸ்.பொ.வின் 'தேர்' கதை பற்றிக் குறிப் பிடுகையில் 'அது மத்தியதர வர்க்கத்தின் வெறும் மன உளைச்சல்' என்றும் 'அதனால் சமூகப் பயன்பாடு எதுவும் இல்லை' என்றும் சொல்கிறார். ஈழத்தின் இன்னொரு இலக்கிய வாதியோ 'ஈழத்துச் சிறுகதை வளர்ச்சியற்றுத் தேக்க நிலை யில் இருப்பதாக' அங்கலாய்க்கிறார். இந்த இரண்டு கூற்றுகளுக் கும் நடுவில் நெருங்கிய தொடர்பு இருக்கவே செய்கின்றது.

முன்னர் குறிப்பிட்ட பேராசிரியர் பல்கலைக்கழகங்களில் இடும் இத்தகைய முட்டைகளிலிருந்து வருஷா வருஷம் ஏராள மான குஞ்சுகள் வெளியேறுகின்றன. இத்தகைய பேராசிரியர்கள் சொல்வதை அப்படியே மறுபடியும் ஒப்புவித்துக் கீச்சிடுகின்றன. அதிகார மையங்களில், வெகுஜன ஊடகங்களில், கல்விக் கூடங் களில் போய் அமர்ந்துகொண்டு இவை புரியும் அழிச்சாட்டியங் களுக்கு ஓர் அளவில்லை. பிறகெங்கே ஈழத்து இலக்கியம் வளரும்?

நல்ல வேளையாக சந்திரா இத்தகைய 'சமூகப் பயன் பாட்டு விபத்துகளை'யும் இத்தகைய பேராசிரியர்களையும் சந்திக்காதது அவர் செய்த அதிர்ஷ்டம். எந்தக் கோஷங்களும் அவருடைய கதைகளில் காணக் கிடைப்பதில்லை. கதைகளில் அவர் பிரச்சாரம் செய்ததற்கான எந்தத் தடயங்களும் இல்லை. மண் வாசனை என்ற பெயரில் செயற்கை மழை பெய்வித்துப் புழுதி மணத்தைக் காட்ட அவர் முயன்றதில்லை. இவருடைய நிலப்பரப்பில் வாழ்ந்த, நிலப்பரப்பைச் சேர்ந்த சில பிரபலங்கள் எழுதிய 'கதைகளோடு' ஒப்பிடுகையில் சந்திராவின் கதைகளின் அடக்கமான தொனியும் உண்மையின் ஒளியும் கலைத் தரமும் புலனாகும். முக்கியமாகக் குறிப்பிட்டுச் சொல்ல வேண்டியது அவருடைய எழுத்துகளில் தென்படும் நேர்மை.

மாறிவரும் அரசியல் காட்சிகளுக்கு அமைவாகத் தங்கள் நிறங்களை அடிக்கடி மாற்றிக்கொள்ளும் எழுத்தாளர்களை நான் அறிவேன். புலிகள் செல்வாக்குடன் விளங்கிய காலத்தில்

'கலிங்கத்துப் பரணி' பாடிய கவிஞர்கள் பலர் நிலைமை மாற்ற மடைந்ததும் ரகசியமாய்ச் சென்று 'பாண்டியன் பரிசு' பெற்ற இலக்கிய வரலாறு நம்முடையது.

சந்திரா அந்த வகை எழுத்தாளர் அல்ல என்பது முக்கிய மான விஷயம். அவருடைய பக்கச் சார்பற்ற பார்வைக்கு இரண்டு கதைகளை உதாரணங்களாகச் சொல்லலாம். 'என் மண்ணும் என் வீடும் என் உறவும்', 'முறியாத பனை' ஆகியவை அந்தக் கதைகள். அவை இரண்டிலும் இந்திய ராணுவம் பற்றிய சித்தரிப்புகள் இடம் பெறுகின்றன.

முக்கியமாக 'என் மண்ணும் என் வீடும் என் உறவும்' கதையில் இந்திய ராணுவத்தின் பேயாட்டத்தைக் காணலாம். ஆனால் அதை இந்திய ராணுவத்தின் பொதுவான குணாம்ச மாக அவர் வெளிப்படுத்த ஒருபோதும் முயற்சித்ததில்லை. மிக மோசமான ஒரு சூழலிலும், மனத்தில் ஈரமுள்ள, நிதானமான இந்திய ராணுவ அதிகாரி ஒருவர் பற்றிச் சில வரிகள் வருகின் றன. தங்களுக்கு ஆபத்து வராதவரையில் சிநேக பாவத்துடன் பழகும் இந்திய இராணுவச் சிப்பாய்களை 'முறியாத பனை'யில் காணலாம். உள்நோக்கடற்ற, இந்தப் பரந்த பார்வை ஒரு படைப்பாளிக்கு மிகவும் அவசியமாகின்றது. 'யாரோ சிலருக்காக' அல்லது ஏதோ 'கொள்கை விளக்கத்துக்காக' கதைகள் எழுது பவர்களுக்கு இந்தப் பார்வை ஒருபோதும் வாய்ப்பதில்லை.

யாழ்ப்பாணத்துடனான என் பரிச்சயம் மிகவும் குறைவு என்றே சொல்ல வேண்டும். 1974இல் கடைசியாகச் சென்றிருக் கிறேன். முதலும் முடிவும் இன்றுவரை அதுதான். ஒஸ்மானியாக் கல்லூரியின் அருகேயிருந்த எழுத்தாளர் இளங்கீரன் அவர் களின் வீட்டில் நான் தங்கியிருந்தேன். 04ஆம் உலகத் தமிழாராய்ச்சி மாநாடு அங்கே இடம்பெற்ற காலம் அது. ஒரு மாலையில் வேடிக்கை பார்க்கச் சென்ற நானும், நண்பர்களும் அங்கு நிகழ்ந்த துப்பாக்கிச் சூட்டை அடுத்துத் திசைக்கொருவ ராகச் சிதறி ஓடினோம். 58ஆம் ஆண்டு இனக் கலவரத்துக்குப் பின்னர் சுமார் 16 வருடங்களுக்குப் பின்னர் தமிழர்களுக்கு எதிராக நடந்த அடுத்த பெரிய வன்முறையாக இதைச் சொல்ல முடியும். தமிழர்களின் விரக்தியும், எதிர்ப்புணர்வும் வலுப்பட்டுச் செல்வதற்கு இந்த நிகழ்வும் ஒரு காரணம். கரு மேகங்கள் வானில் திரளத் தொடங்கிய அந்தக் காலத்தின் பின் நான் யாழ்ப்பாணப் பக்கம் சென்றதில்லை. அதன்பின் காட்சி மாற்றங் கள் பல. யாழ்ப்பாணம் என்பது கிட்டத்தட்ட எங்களுக்கெல்லாம் மூடுண்ட ஒரு பிரதேசம் ஆகிவிட்டது. பாதையில் முளைத்த ஏராளமான சோதனைச் சாவடிகளையும் பயண ஆபத்துகளை யும் உத்தேசித்து யாழ்ப்பாணப் பயணத்தைப் பலரும் தவிர்த்து

வந்தோம். வெகுஜன ஊடகங்கள் வாயிலாகக் கிடைத்த செய்தி
களும், காட்சிகளுமே யாழ்ப்பாணம் பற்றிய மனச் சித்திரங்
களை உருவாக்கிக்கொண்டிருந்தன.

ஆனால் நான் அறியாத யாழ்ப்பாணத்தின் பல பகுதிகளை
யும், போராட்டத்தின் சில விளைவுகளையும், காட்சிகளையும்
மிகைப்படாமல், கச்சிதமாகச் சந்திராவின் கதைகள் மறுபடி
யும் என் மனத்தில் எழுதிச் செல்கின்றன. அவருடைய உச்ச
மான கைத்திறனைத் 'தரிசு நிலத்து அரும்பு', 'அவர்கள்
இல்லாத தேசம்', 'முறியாத பனை', 'என் மண்ணும் என்
வீடும் என் உறவும்' ஆகிய கதைகளில் காணலாம். ஏனைய
கதைகளும் வாசிப்புக்குத் திருப்தியளிக்கின்றவை என்பது
இந்தத் தொகுப்பின் சிறப்பம்சம்.

இந்தத் தொகுதிக்கு அறிமுகக் குறிப்புகள் எழுதுவதில்
எனக்குச் சந்தோஷம். அதிலும் இந்தக் கதைகளை எழுதியவர்
என் அன்புக்குரிய தோழி என்பதில் இரட்டிப்புச் சந்தோஷம்.

கல்முனை,   **உமா வரதராஜன்**
26.09.2011.

பால்யம்

காற்றடித்தால் தலையை மட்டும் சிலுப்பி ஆரவாரம் பண்ணிவிட்டு அசையாமல் நிற்கும் போர்க் களத்து வீரனென... கோவிலின் தெற்கு வீதியையும் மேற்கு வீதியையும் இணைக்கும் அந்த மூலைப் பொட்டை உறுதிப்படுத்தும் சந்தியில் ஒரு பெரிய அரசமரம்! அருகே நீளமாய், ஆட்கள் அமரச் செதுக்கப்பட்டதொரு பளிங்குக் கல்!

அண்ணாந்து பார்த்தால்... விண்ணையும் மண்ணையும் தனக்குள் அடக்கிவிடுகிற பிரமை தோன்றும்!

வெள்ளைப் புறாக்களும் காரிக்குருவிகளும் காகங் களும் இந்த விதானத்தினுள் புகுந்து காணாமல் போய் விடுவதைக் கண்டு அதிசயித்திருக்கிறேன். மலைப்பாம்பு களென நீண்டு வளைந்து சுருண்டு, புரண்டு பரவிக் கிடக்கும் அரசின் திரண்ட வேர்களில் கால்களைப் பதித்துத் தாவித்தாவி நடக்கத் தொடங்கினால்... கிழக்கு நோக்கி நீள்வரிசையாக... ஆல், சீனிப்புளி, சஞ்சீவி, வேம்பு, செவ்வரளி, திருவாத்தி, பொன்னலரி... என்று எண்ணிக்கொண்டே போகலாம்.

வீதி எல்லைபோடு முட்கம்பிகளின் சில முனைகள் மரங்களின் தடித்த தண்டுகளினுள் புதைந்து... நீளமாய் வரிச்சுக்கட்டி நகரும். அதனோடு ஒட்டியபடி ஒரு குச்சொழுங்கை வீடுகளோடும் பனம் வளவுகளோடும் நெளிந்து வளைந்து குன்றும் குழியுமாய் ஏறி இறங்கிச் செல்லும்.

கோயில் வீதி, ஆலம்பழுங்களோடு ஆட்டுப் புழுக்கைகளும் கலந்து சிதறிக் கிடக்க... மிதிபட்ட புற்களோடு புழுதிபடிந்து, காய்ந்து நொறுங்கிய சருகுகள் கலக்க... காற்றில் அசைந்தாடி வந்துவிழும் பழுத்த அரசிலைகளின் பட்டுவிரிப்பில் வழமை யான ஊர்வாசனை பறைசாற்றப்பட்டுக்கொண்டிருக்கும்!

தரையில் பாதசாரிகளின் ஒற்றையடித் தடம் வகிடாய் நீண்டு செல்ல... முருகனின் தெற்கு வாசலைக் கடந்து, கிழக்குப்புற வீதிக்கு வளைகிற விளிம்பில் ஒரு கிணறு. அந்த இடம் மட்டும் முட்கம்பிகளற்று, கோவில் வீதியையும் குச்சொழுங்கையையும் இணைக்கிற ஒரு பரஸ்பர உறவில் திளைத்தபடி கிடக்கும்! வீதி வளைகிற மூலைப்பொட்டில் அது இருப்பதனாலோ என்னவோ அதனைச் 'சந்தியாங்கிணறு' என்றார்கள். எங்கிருந்தோ வரும் வெள்ளை வாய்க்கால் ஒன்று குச்சொழுங்கையைக் குறுக்கறுத்துச் சந்தியாங்கிணற்று முடக்கைத் தொட்டபடி கோவிலின் கிழக்கு வீதிக்கு எல்லை போட்டுக் கொண்டு வடக்கு நோக்கி நகர்ந்து அன்னாமுன்னாப் பற்றைக்குள் புகுந்து காணாமற் போய்விடும்! மழைக்காலங் களில் வழியவழிய ஓடுகிற வெள்ளம்... வடக்கே இந்து சமுத்திரத்தில் போய்ச் சங்கமிக்கிற ஓசை, ஏகாந்த வேளை களில் இதமாய்க் கேட்கும்!

சந்தியாங் கிணற்றுப் பக்கம் செவ்வரளிப் பற்றைகளை உரசியபடி கிறீச்...கிறிச்... என்ற சீரான லயத்தோடு நீண்ட துலா எப்பவும் மேலும் கீழுமாய் மும்முரமாக விழுந்தெழும்பிய படி இருக்கும். துலாவில் தொங்கும் இரும்புச் சங்கிலியும் வாளியும் எந்நேரமும் தொணதொணத்தபடியே இருக்கும். கிணற்றடிக்குப் பக்கத்தில் தண்ணீர் ததும்பத் ததும்பக் கால்நடைத் தொட்டியொன்று. பக்கத்தில் ஒரு சாய்ப்புக் கற்றூண். ஆடுகள் நன்றாக முதுகு தேய்த்துவிட்டுப் போகும்.

என் துள்ளல் நடையைத் தூரத்தில் கண்டால் "விசாலி இங்கை வந்து முதுகு தேய்ச்சு விற்றியா" என்ற சீண்டல் குரல்கள் காற்றில் மிதந்து வரும். எந்நேரமும் பேச்சுக் குரல்கள், விசிலடிப்பு, சீட்டியொலி, சந்தனக்கட்டை உரசல், மஞ்சள் தோய்ப்பு, நாமக்கல் குழையல், சோப் வாசனை, தேவாரம், சினிமாப்பாடல், கவிதை வரிகள், பட்டிமன்றம்... என எப்பவுமே அங்கு பரபரப்பும் அமளியும்தான்!

இளவேனிற் காலங்களில் மாம்பூக்கள், பனம்பூக்கள் என்று தண்ணீரெங்கும் படரும் பூவாடை மஞ்சம்... நீரினுள் ஊறிக் கிளம்பும் வாசனை ஊர் மூச்சில் கலந்தபடியிருக்கும்.

                                   நிலவுக்குத் தெரியும்

கிழக்கு வீதி ... பிள்ளையார் கோவிலின் பிரதான முகப்பையும் கோபுரத்தையும் தரிசித்தபடி வடக்கில் அகல மாய்ப் பரந்து விரியும். வடக்கு நோக்கி வளைகிற முனைப்பில் இன்னுமோர் கிணறு. இது கோவிலுக்கு மட்டுமே உரியதெனப் பிரத்தியேக வரையறைகளுடன் அமைதியாக இருக்கும். எதிரில் கோவிலின் அசையாமணிக் கோபுரத்தைத் தொடுகிற மாதிரி பிரமாண்டமாய் சடைத்து நிற்கும் வெள்ளரச மரத்தின் கீழ் ஒரு வைரவச் சூலம் பூவும் பொட்டுமாய்ச் சிவப்புச் சால்வை சுற்றியபடி மிடுக்காய்ச் சாய்ந்து நிற்கும்.

நான் இவையெல்லாவற்றையும் கடந்து வடக்கே பரந்து விரியும் பசும் புல்வெளியில் தனிமையாய் ஏகாந்தத்தில் லயித்து நிற்பேன்.

வடக்கு வீதியின் வடக்கெல்லை, முட்கம்பிகளாலும் கட்டைகளாலும் செவ்வரளிச் செடிகளாலும் கோடிழுக்கப் பட்டு, அதற்கப்பால் கண்ணுக்கெட்டிய தூரம் வரை நீண்ட நெடும் பனங்கூடல் விரியும்! காற்றில் தலைவிரித்தாடும் பனைமரங்கள் பின்னிப் பிணைந்தெழுப்பும் பேரொலி ... ஒரு கணம் அண்டவெளியெங்கும் நிறைந்து ஆத்மாவை உசுப்பி விட்டு மீளும்! பனங்கூடல் மேற்காக நகர்ந்து, தார் வீதியுடன் சங்கமிக்கும் முனையில், ஒரு சிறிய கட்டிடம் தகரமடித்து மறைக்கப்பட்ட, பாரிய இரட்டை இரும்புக் கதவுகளில் மாங்காய்ப் பூட்டுத் தொங்க, காஞ்சுரண்டி, பாவட்டை, அன்னமுன்னா, எருக்கலை எனச் சடைத்த பற்றைகள் சூழ ... இலேசாய் ஒளிந்துகிடக்கும்! அந்தக் கட்டிடம் அந்த ஊரின் கிராமச்சபைக்குரியது. கட்டிடத்தின் உயரத்தி லுள்ள சிறிய ஜன்னலினூடாய் எட்டிப் பார்த்தால் உயிர் ஒருகணம் உறைவதுபோல் அதிர்வு கொள்ளும்! சவ வண்டியின் நீண்ட கருப்புக் குஞ்சங்கள் இருளில் அசையாமல் தொங்கிக் கொண்டிருப்பதை மட்டும்தான் கண்கள் காணும். எனினும் உயிர்நாடியிருந்து உலக ஸ்தம்பிதம் வரைக்கும் அசுர வேகத் தில் கணக்குப் போடும் மனக்குதிரை உணர்விழந்து மறுகணமே மண் கவ்விவிடும்!

நான் அந்தக் கட்டிடத்தின் பக்கம் என் கண்கள் செல்வதை எப்பவும் தவிர்த்து வந்தேன்.

எவை நிஜமோ ... எவை நிச்சயமோ ... அவை எப்பவும் என்னுள் வெறுப்பையும் பயத்தையும் பிரசவிப்பனவாகத் தோன்றினவோ ? ?

அழகான அந்த வடக்கு வீதியில் கோவில் சுவரோடு ஒட்டியபடி நீளமாக ஒரு பூங்கா. சுவர் நீளத்திற்கு வரிசையாக நிற்கும் சிவப்பு, மஞ்சள், வெள்ளை, அடுக்குச் செவ்வரத்தம் பூக்கள் சுவர்களைத் தாவிக் கோவிலிற்குள் எட்டிப்பார்த்துப் புன்னகைத்தபடியே இருக்கும். இன்னும் ரோஜா, திருவாத்தி, செந்தேமா, கொத்துமல்லிகை, முல்லை, துளசி, வாழை, செவ்விளநீர்த் தென்னை, திருநீற்றுப் பச்சை, இலுமிச்சை... என்று பூங்கா பசுமையில் நிறைந்து கிடக்கும். பூக்களின் வாசனைக் குழையல் வடக்கு வீதியை நிறைத்து அப்படியே கோவிலை வலம்வரும்.

யாருமற்ற தனிமையில் இதமான மாலைப்பொழுதில் பூங்காவை ஒட்டிய இந்தப் புல்வெளியில் கால்களை நீட்டி நான் அமர்ந்துவிடுவேன். மேற்கில் தார்வீதியில் ஆளரவத்தின் பின்னணி. எதிரே பனங்கூடல் சலசலப்பு. வடக்கே தொலைவி லிருந்து அலையலையாய் வந்துவிழும் இந்து சமுத்திரத்தின் பேரிரைச்சல்... என உலக ஓசைகள் என்னுள் பரவசத்தை ஏற்படுத்தும்! உடலெங்கும் அதனைப் பரவவிட்டுச் சில கணங்கள் கண்களை இறுக மூடிக்கொள்வேன். இவற்றிற்குப் பின்னால் எங்கோ ஒளிந்து புதைந்து கிடக்குமோர் பேரமைதி மெல்லமெல்ல ஆத்மாவினுள் புகுந்து அண்டங்களிற்கப்பால் என்னை அழைத்துச் சென்றுவிடும்! இந்தப் பிரபஞ்சம் முழுவதுமே என் ஒற்றைப் பார்வைக்குள் அடங்கிக் கிடப்ப தான அதிசய உணர்வில் சிலகணங்கள் மூழ்கிக் கிடப்பேன்!

விழிப்பில்... வானம் என்னருகில் வந்து நிற்கும்! மேற்கே தார்வீதிக்கு அப்பாலிருக்கும் வீட்டுக் கூரைகளிற்குப் பின்னால்... நழுவிச் செல்லும் சூரியக் கண்கள்... மயங்கிச் செருகி... மறைகிற அந்தக் கருக்கலில், இரவும் பகலும் இரகசியமாய்ச் சந்திக்குமந்த அபூர்வக் கணங்களில் உயிரொலிகள் மெல்ல மெல்ல அடங்கிவிடுகிற அந்த அமைதிப் பொழுதில்... பிரபஞ் சத்தின் சூட்சுமம் வெகு அழகாய் என்னுள் எழுதப்பட்டுக் கொண்டிருக்கும்! உயிர்ப்பை என்னுள் உணர்த்தும் இந்த சுகம் நீடிக்க ஆசைகொண்டு நீள்மை தெரியாமல் மிக நீண்ட நேரமாய் மேகத்தைக் கடந்து மிதந்து கொண்டிருப்பேன்!

பல தடவைகள் பத்மாவதி வந்து என்னை இறக்கி வைப்பாள்! இன்னோர் உலகில் தவறி விழுந்தவளாய் அதிர்ந்து விழிப்பேன்! திடுமென்று சந்தடிகள் என் உணர்வுகளைச் சூழும். சாக்கடைகள் என் நினைவுகளைச் சிறைகொள்ளும். துடைத்தெறிய முடியாத அழுக்குகள் என் உடலில் புசுபுச வென்று பரவி ஒட்டிக்கொள்ளும்! உதறி எறிய வேண்டுமென்கிற

　　　　　　　　　　நிலவுக்குத் தெரியும்

வெறி! எனினும் உதறத் தெரியாத பருவம் ... உதறும் வலுவற்ற பலவீனம்! அருவருப்புகளை விழுங்கியபடி எழுந்து நடப்பேன். பத்மாவதிக்குப் பின்னால் வரிசையாக வந்து நிற்கும் அத்தனை பெண்களது குடங்களையும் தண்ணீரால் நிரப்பி விடுவேன். அவர்களது விழிகள் ஆயிரம் நன்றிகளை அள்ளித் தெளித்தபடி நகரும் !

அன்றும் அப்படித்தான் ... விண்ணும் மண்ணும் தண்ணென்ற காற்றும் சொல்லாத பல சேதிகளைச் சொல்லியபடி யிருக்க அவள் வந்தாள்.

பத்மாவதி ... !

வடக்கே பனந்தோப்பிற்கு அப்பாலுள்ள சீவல் தொழிலாளர்கள் வாழும் சிறு குடிசையொன்றிலிருந்து அவள் வந்தாள். எப்பவும் போலவே ஒரு வெள்ளிக் குடத்தை இடுப்பில் சுமந்து மேற்கு வீதிவழி வந்து சவவண்டிச்சாலை முடக்கில் இறங்கும் புற்களிடையாய் ஊரும் ஒற்றையடிப் பாதை வழியாய் நடந்து வந்து என்னருகில் தயங்கி நின்றாள். அழுக்கில்லாத அவளின் சட்டையில் ஆறேழு கிழிசல்கள்.

"எங்கையடி அந்தத் தோ ..." பத்மாவதியின் அப்பா நிறைவெறியில் பிதற்றும் வார்த்தைகளைப் பனங்காற்று விழுங்கிவந்து எம் காதுகளில் விழுத்திக்கொண்டிருந்தது.

"வெட்டிப் போடுவன்! சொல்லிவை ..." அவளின் தடித்த அண்ணன்களில் ஒருவனாக இருக்க வேண்டும். அவர்களுக் கென்றே எழுதிவைக்கப்பட்டிருப்பதுபோல் அந்த வெட்டுக் கொத்து வார்த்தைகளை வீசியெறிந்து கொண்டிருந்தான்.

இதனால்தான் அம்மாவும் பாட்டியும் என்னை இந்த வடக்கு வீதிக்குப் போகவேண்டாமென்று மந்திர உச்சாடனம் பண்ணுவார்களோ ..? இந்த உச்சாடனம் தானே என்னை உத்வேகத்துடன் இங்கு வரவைப்பதுண்டு. இந்தப் பசும்புல் வெளிக்குள் அடங்கிக் கிடக்கும் முழுப் பிரபஞ்சத்தையுமே என்னைத் தரிசிக்க வைப்பதுண்டு.

நான் பத்மாவதியை நிமிர்ந்து பார்த்தேன். மறைந்துவிட்ட சூரியனின் மெல்லிய செம்பூச்சும் நிலவொளியும் தெருவிளக் கும் இணைய ... அவளது கண்கள் மின்னிக்கொண்டிருந்தன. மறுகணமே பயமும் கூச்சமும் ஆட்கொள்ள ... தலைகுனிந்தாள்.

"பத்மா ... என்னைப் பார் ... என்ன தண்ணி வேணுமா?" நான் பெரிய இளவரசி பாங்கில் அதட்டுகிறேன். அவள் "ஓம்" என்று தலையாட்டினாள்.

"ஏண்டி இப்ப பள்ளிக்கூடத்துக்கு வாறேல்லை?" தன் போக்கில் ஏறுமாறாய்க் கிடந்த என் சின்ன பாவாடையை இழுத்துவிட்டுக் கொண்டு எழுந்தேன்.

"அம்மா படிப்புக் காணுமெண்டு மறிச்சிட்டா..."

அவள் எனக்குப் பின்னால் நடந்துகொண்டு வந்தாள். கள்ளும் கருவாட்டுப் பொரியலும் கலந்த வாடையொன்று வீசியது.

நான் கோவில் முகப்பிலிருந்த துலாக் கயிற்றை ஒரு எக்கு எக்கிப் பற்றுகிறேன். பற்றிய வேகத்திலேயே வாளி கிசுகிசுவென்று கிணற்றுக்குள் இறங்கியது. பத்மாவதி எல்லாம் மறந்து சிரித்தாள். சிரிப்பில் அவளது பால்யம் இழைந்து வழிந்தது.

"ஏண்டி சிரிக்கிறாய்."

நான் தண்ணீரால் குடத்தை நிரப்பிக்கொண்டிருந்தேன்.

"இல்லை உந்தத் துள்ளல் இழுப்புக்கு ஒருநாளைக்குத் துலாவோட நேரே உள்ளை போய்விடுவாய்." அவள் கண் வெட்டாமல் துலாக் கயிற்றையும் என்னையும் பார்த்துக் கொண்டு நின்றிருந்தாள். துள்ளித்துள்ளி இறைத்துப் பார்க்க வேண்டுமென்று அவளுக்கும் கைகள் துறுதுறுப்பது போல் தோன்றியது. எனக்கொரு வேதனை கலந்த சுகம்! தலைகீழாய் நின்றாலும் அவள் அந்தக் கயிற்றைத் தொடமாட்டாள் என்று!

குடம் நிரம்பி வழிந்தது. அவள் குனிந்து தூக்கினாள். கிழிந்த சட்டையின் கழுத்து விளிம்பினால் மார்புகள் தெரிந் தன. எங்கள் வீட்டுக் கிணற்றடித் தென்னையில் கிடக்கும் மஞ்சள் குரும்பைகள் ஞாபகத்தில் வந்தன. நான் சிரித்தேன். அவள் அவசரமாய்க் குடத்தைத் தூக்கி இடுப்பில் தாங்கிக் கொண்டாள். அவளுக்கு வெட்கமாக இருந்ததை முகம் சொல்லியது. நான் எட்டியெட்டி அவள் முகத்தைப் பார்த் தேன். இப்போ... பால்யம் கலைந்து... பரிதவிப்பொன்று அவள் கண்களிற்குள் நிறைந்து கொண்டது. இந்தப் பரிதவிப்பை இதே புல்வெளியில் நான் எப்பவோ பார்த்திருக்கிறேன்.

"பத்து... இப்பவும் அந்தப் பனந்தோப்புக்குள்ளே விறகு பொறுக்கப் போறனியே..?" அவசரமாகக் கேட்டேன்.

"ஓம்! போகாட்டில்... அம்மா அடிப்பா. விறகில்லாட்டில் அப்பா அம்மாவை உதைப்பான். மாட்டனென்றால் சொல்லுக் கேக்கேல்லை யென்று அண்ணன்கள் எல்லாம் மாறிமாறிக்

  நிலவுக்குத் தெரியும்

குத்துவான்கள்'' அவள் கூறியவாறே புல்வெளியூடாய் நகரும் ஒற்றையடிப் பாதை வழியே போய்க்கொண்டிருந்தாள். அவளின் தண்ணீர்க் குடத்தைப் போலவே குரலும் தழும்பிக் கொண்டு போனது.

நான், அவள் போவதையே பார்த்தபடி நின்றிருந்தேன். பால்யம் என்னிலிருந்து விலகியோடியது. பசுமை உணர்வுகள் கரைந்து போயின. இந்தப் பிரபஞ்சம் முழுவதுமே கருமை படிந்துபோனது!

பத்மாவதி விறகு பொறுக்கச் செல்லும் பனந்தோப்பிற் குள் ஒளிந்து கிடக்கும் பொத்தல் விழுந்த ஓலைக்கொட்டிலில் வேலனின் சீவற்கத்திகளும் கள்ளு முட்டிகளும் மட்டும் தான் இருக்குமென்பது ஊரறிந்த உண்மை. ஆனால் அதே கொட்டிலினுள் பத்மாவதி என்ற பன்னிரண்டு வயதுச் சிறுமியின் வாழ்க்கை நாளும் பொழுதும் சீவப்பட்டுக்கொண்டே யிருப்பது யாருக்குத் தெரியும்!!

தலைவிரித்தாடும் இந்தப் பனைகளுக்குத் தெரியுமா?

அலையெறிந்து மோதும் அந்தச் சமுத்திரத்திற்குத் தெரியுமா?

இந்தக் காற்றுக்குத் தெரியுமா? நட்சத்திரங்களிற்குத் தெரியுமா?

ஓடிக்கொண்டே திரியும் இந்த முகில்களுக்குத் தெரியுமா?

யாருக்குத் தெரியும்? அல்லது யாருக்குப் புரியும்??

பத்மாவதி சமைந்துபோனால் மட்டும் இந்த ஊருக்குத் தெரியும். சமையு முன்பே அவள் வாழ்வு கரைந்து கொண் டிருப்பது யாருக்குத் தெரியும்.

எனக்குக் கண்கள் முட்டி வழிந்தன. பயம் உணர்வுகளை மேவி, உடலையும் பற்றிக்கொண்டது. என் சித்தப்பன் பெரியப்பனிலிருந்து கணக்குப் பாடம் சொல்லித்தரும் கமல நாதன் வாத்திவரை அத்தனை பேரின் விலங்கு முகங்களும் என் முன்னால் வந்து நின்று கோமாளிக் கூத்தாடுவது போலிருந் தன. ஸ்பரிசம்... அணைப்பு... நசிப்பு... முத்தம்... பிடுங்கல்... ஓட்டம்... கலைப்பு... களைப்பு... பயம் இவையே பால்யப் பருவத்தின் நிகழ்ச்சி அட்டவணைகளாய் நிர்ப்பந்தங்களாய்...

மூச்சுப் பெரிதாகி விம்மலெடுக்க நான் அப்படியே அழுதபடி நிற்கிறேன்.

"விசாலி… விசாலி! எங்கயடி இவள் போயிட்டாள்? விசாலி…லி…லி" பாட்டி கத்திக் கூப்பிட்டவாறே சேலைச் சுருக்கலைத் தூக்கிப் பிடித்துக்கொண்டு விறுவிறுவென்று வடக்கு வீதிக்கு வருகிறாள்.

"விசாலி உங்கை என்னடி செய்யிறாய். கடைக்கு வெத்திலை பாக்கு வாங்க விட்டால் ஒருநாளும் நேரத்துக்கு வீடு வந்து சேரமாட்டாய். பங்கை… கொம்மா வீட்டில கிடந்து கத்திறாள்" பாட்டி என் கையைப் பிடித்து உலுப்பி இழுத்துக் கொண்டு போகிறாள்.

"என்னை விடு பாட்டி. நான் வரேல்லை"

"ஏண்டி அங்கை கமலநாதன் வந்திருக்கிறான். இண்டைக் குக் கணக்கு வகுப்பெல்லே. உதுக்குத்தான்; அங்கை கொம்மா கத்திறாள். கணக்குப் படிக்கக் கள்ளமெண்டால் இந்தக் கருக்கலுக்கை வந்து வடக்கு வீதியில ஒளிஞ்சு நிற்கிறதாக்கும்" பாட்டி வெற்றிலை பாக்கை என் பாவாடைப் பொக்கற்றி லிருந்து பிடுங்கி எடுத்துக்கொண்டு விறுவிறென்று என்னை இழுத்து நடக்கிறாள்.

"பாட்டி என்னை விடுபாட்டி. எனக்குக் கணக்கும் வேண்டாம், ஒண்டும் வேண்டாம் பாட்டி. என்னை விடு பாட்டி…"

என் கண்களிலிருந்து வழியும் கண்ணீர் காற்றில் சுழன்று மீண்டும் என் முகத்திற்கே வந்து விசிறியடிக்கிறது.

"நான் வரமாட்டன்!… என்னை விடு பாட்டி…"

என் குளறல் காற்றில் கரைந்து பனந்தோப்பினூடாய் எங்கோ மறைந்து போய்க்கொண்டிருந்தது..!

(2002 – ஊடறு பெண்கள் இதழில் வெளியானது)

தரிசு நிலத்து அரும்பு

இறக்கமான வளையில் தலையை மோதாமல், அவதானமாகக் குனிந்து, முற்றத்தில் இறங்கிய பொழுது 'கிசுகிசு'வென்று மெல்லிய சிலிர்ப்பான காற்று உடலைத் தழுவியது! நிமிர்ந்த பொழுது, ஈரமண்ணில் நின்று கொண்டு மெதுவாகத் தலையசைக்கும் குளிர்ந்த பச்சை நிற வெங்காயத் தார்கள்! கொஞ்சம் எட்டிப் பார்த்தால், தோட்டப் பாதையோரமாக வரிசைக்கு நின்று 'சலசல'வென்று ஒலியெழுப்பி ஆரவாரம் செய்யும் வாழை மரங்களினிடையாக நாணிச் சிரிக்கும் சூரியன். வலது பக்கமாகத் திரும்பினால், தோட்டக் குடிசையை வளைத்துச் சிறைகொள்ளும் செவ்வந்திச் செடிகள் கூடவே மோதி நழுவும் மெல்லிய சுகந்தம்...

"அக்கா, அஞ்சு மணியாச்சு; ஏறுங்கோ" ராசன் கரியர் பூட்டிய சைக்கிளை வைத்துக்கொண்டு அவசரப் படுத்தினான்.

"இங்கை... இதிலை வந்து நிண்டு... இந்தத் தோட்டத்தை ஒருக்கால் வடிவாய்ப் பாரடா அசைய விடாமல் இழுக்கிற மாதிரி ஒரு அழகு..!" நான் மெதுவாக ஆச்சரியப்பட்டேன்.

"கால் மணித்தியாலமாய் உதிலேயே நிண்டு ரசித்துப் போட்டிங்களெல்லோ... சரி; இனி வாங்கோ" அவன் தனக்கேயுரிய நகைச்சுவைப் பாணியில் என் மனத்தைச் சீண்டினான். நான் இங்குத் தங்கி நின்ற இந்த இரண்டு நாட்களில் அவன் எப்படிச் சீண்டிய பொழுதிலும் எனக்குக் கோபம் வரவேயில்லை..!

அப்படியொரு புதுமையான ரசனை எனக்கு அவனிடமிருந்தது! அரும்பு மீசை ... துடிப்பு நிறைந்த மகிழ்ச்சியான முகம் ... இளமையிலேயே முறுக்கேறிய உடல், ஆழ்ந்து நோக்கினால் கண்ணுக்குள்ளே இனம் தெரியாத மெல்லிய சோகம்! நன்றாகச் சிரித்தான்; சிரிக்கவும் வைத்தான்!

இரண்டு நாட்களுக்கு முன்னர் நானும் அம்மாவும் யாழ் பட்டணத்திலிருந்து என் சிறிய தாயாரின் இந்த தோட்டக் குடிசைக்கு வந்தபொழுது, வாழைப்பாத்திக்குத் தண்ணீர் மாற்றிக்கொண்டு நின்றிருந்த இவன் தான் "அம்மா ... பெரியம்மாவும் அக்காவும் வருகினம் ..." என்று ஆரவாரம் செய்து கொண்டு எங்களை வரவேற்றான். ஓடிவந்து எங்கள் கைகளில் தூங்கிய பயணப்பைகளை வாங்கிக்கொண்டு மகிழ்ச்சியோடு வீட்டிற்குள் ஓடினான்.

"ராசன் ... டேய் ... வாய்க்கால் உடைக்குதடா ஓடடா ... பாத்தியை மாத்தி விடு" என்று வெங்காயத் தார்களின் மத்தியில் நின்று கொண்டு சத்தமிட்ட சித்தப்பாவின் கட்டளையை நிறைவேற்ற ஓடியவனும் இவன் தான்.

"ராசன் ... இங்கை ஓடிவாடா ... பூசணியெல்லாம் மாடு உழக்குது; பிடிச்சுக் கட்டு" என்று கிணற்றடியில் நின்று சட்டிபானை விளக்கிக்கொண்டிருந்த சித்தியின் குரலுக்குக் குடல் தெறிக்க ஓடியவனும் இவன் தான்!

"மழை பெய்யப் போகுது ... மிளகாய் வத்தலை அள்ளிக் கட்டடா" என்று அவசரப்படுத்திய பாட்டியின் ஆசையை நிறைவேற்றியதும் இவன் தான்.

"ஐயையோ ... நேரம் போச்சுது. ஜானுவைக் கொண்டு போய்க் கெதியாய்ப் பள்ளிக்கூடத்திலை விட்டிட்டு வாடா ..." என்று ஒற்றைக் காலில் நின்ற ராஜி அக்காவின் விருப்பத்தை நிறைவேற்றியதும் இவனே தான்!

'இங்கு எல்லாமே இவன் தான்' என்று நான் இங்குத் தங்கி நின்ற இரண்டு நாட்களில் நன்கு புரிந்துகொண்டு விட்டதனாலோ என்னவோ, இனம் புரியாதவொரு பாசம் அவனில் எனக்கிருந்தை மறுக்க முடியவில்லை.

"இங்கை ... பெரியம்மாவும் வந்திட்டா அக்கா இன்னு மென்ன நிக்கிறியள் ..? மினக்கடாமல் ஏறுங்கோ" அவன் மீண்டும் அவசரப்படுத்தினான். நான் பயணப்பைகளைச் சைக்கிளில் கொழுவிவிட்டு, பின்னால் கரியரில் ஏறிக்கொண் டேன். அம்மா கொஞ்சம் பயந்து, தன் பெரிய உடலுடன்

சைக்கிள் பாரில் ஏறி அமர்ந்த பொழுது சைக்கிள் மெல்ல அசைந்ததை இவன் ஜாடை காட்டிச் சிரித்தான்.

நாம் விடைபெற்றுக்கொண்டு புறப்படும் பொழுது மாலை 5.30 மணியாகிவிட்டிருந்தது.

தோட்டப்பாதையால் சைக்கிள் மெல்ல நகரத் தொடங்கி யது. குனிந்து அசையும் வாழை இலைகள் என்னைத் தழுவின.

"ராசன் ..."

"என்னக்கா ?"

"இதெல்லாம் புளிவாழை தானே ?"

"இல்லை... கப்பலும் புளியும் கலந்து நிக்குது"

"எல்லாம் ஒரே மாதிரித்தானே இருக்குது! எப்படி வித்தியாசம் கண்டுபிடிக்கிறது ?"

"அங்கை பாருங்கோ ... இதிலையிருந்து ஆறாவதாய் நிக்கிற வாழை கப்பல் வாழை; அந்த வாழை இலையின்ரை கீழ்ப்புறத்தண்டைப் பாருங்கோ வெள்ளை நிறமாய் இருக்கும். புளி வாழையெண்டால் இலைத்தண்டு சிவப்பாய்த் தெரியும்" ராசன் வடிவாக விளங்கப்படுத்தினான். அவன் குறிப்பிட்ட வாழையைச் சைக்கிள் அண்மித்த பொழுது, அந்த வாழை இலையின் கீழ்ப்புற நடுத்தண்டுகளை நன்கு அவதானித்து அவனின் விளக்கத்தில் திருப்திப்பட்டுக்கொண்டேன்.

சைக்கிள் தோட்டவெல்லையைக் கடந்து ஒழுங்கைக்கு ஏறியது.

"என்னடா இது ? தச்சடம்பன் பாதைகள் எல்லாம் இப்பிடிப் பள்ளமும் திட்டியும் தானோ ?" சைக்கிள் பள்ளங் களில் விழுந்தெழும்பும் பொழுது நான் கேட்டேன்.

"ஏனக்கா உங்கட யாழ்ப்பாணப் பக்கம் இப்பிடியொரு பாதையுமில்லையோ ?"

அவனின் அந்தச் சிரமமான கேள்விக்குப் பதில் சொல்லத் தைரியம் இல்லாததால், "ஒருக்கால்... யாழ்ப்பாணப் பக்கம் நீயே வந்து பாரன்" என்றேன் சிரித்தவாறே.

"வரத்தான் எனக்கும் சரியான ஆசையக்கா! ஆனால்... என்ரை அம்மா என்னை இங்கை கொண்டு வந்து விடேக்கை என்ரை பிறந்த தேதி, பிறந்த இடம், அப்பாவின்ரை பெயர் ஒண்டையும் சொல்லாமல் போயிட்டா. அதால அடையாள

அட்டை எடுக்கேலாமல் இருக்குது. சும்மா வந்தனென்றால், ஆனையிறவில வைச்சு அமத்திப் போடுவாங்கள் ... அது தான் யோசிக்கிறன்"

"ஏண்டா ... கொம்மாவிட்டை ஒருக்கால் போய், எல்லாத்தையும் வடிவாய்க் கேக்கிறது தானே ..?"

"அம்மா இருக்கிற இடம் தெரிஞ்சிருந்தால் ... நான் ஆடிக்கலவரத்துக்கு முன்னமே போய்ப் பார்த்திருப்பன். பஸ்குள்ளை வைச்சு வெட்டிப் போட்ட பிறகுதான் 'அம்மா' என்டவள் இன்ன இடத்திலை இருந்திருக்கிறாளென்டு தெரியும்." அவனின் குரல் தொய்ந்து போனது. எதிர்பாராமல் ஏற்பட்டுவிட்ட மெல்லிய அதிர்ச்சியிலிருந்து நான் மீண்டவாறே,

"ராசன் ... உப்பிடியான பிரச்சினை உள்ளாக்கள் அடையாள அட்டை எடுக்கிறதுக்கு ஏதோ ஒரு வழி இருக்கத் தானே வேணும் ... பொறு ... நான் ஆரையும் விசாரிச்சுப் பாக்கிறன் ..." நான் அவனின் சோகத்தை மாற்ற முயற்சித்தேன்.

"உண்மையாத்தான் சொல்லுறியளோ?"

"பின்னை சும்மாவே சொல்லுறன் ..."

அவன் மீண்டும் உசார் நிலைக்கு வந்து விட்டது போல் எனக்குப் பட்டது.

சைக்கிள் ஒழுங்கையைக் கடந்து முல்லைத்தீவு மாங்குளம் பிரதான வீதியில் ஏறி, ஐந்து மைல் தொலைவிலிருக்கும் மாங்குளம் ரவுணை நோக்கி விரையத் தொடங்கியது. அங்குத் தான் சித்தியின் ஒரு மகள் திருமணம் செய்து, புது வீட்டில் குடியிருக்கிறாள். அங்குப் போய்த் தங்கி நின்று, அதிகாலை யாழ்ப்பாண பஸ் எடுப்பது சுலபம் என்பதனால் தான், பொழுது இருட்டிக்கொண்டு வந்துவிட்ட போதிலும் எங்கள் பயணம் தொடர்ந்தது.

சைக்கிள் இப்போது ஒலுமடு பேராத்துப் பாலத்தை அண்மித்துக்கொண்டிருந்தது.

"பாலம் வருகுது ... கொஞ்சத் தூரம் இறங்கி நடந்து போகவேணும்" என்றான் ராசன்.

"ஏண்டா ... பாலம் உடைஞ்சு கிடக்குதே?" அம்மா கேட்டா.

"இல்லை ... மரப்பாலம் தானே மேடும் பள்ளமுமாய்க் கிடக்குது ... அதுக்குள்ளை சைக்கிள் ஓடெலாது" என்றான் அவன்.

                                நிலவுக்குத் தெரியும்

சைக்கிள் வேகம் குறைந்து, மெதுவாகப் பாலத்தை நெருங்கிக்கொண்டிருந்தது.

"இங்கையக்கா..! யானையின்ரை லத்திக் கும்பம் கிடக்குது; நேற்றிரவு இவ்விடத்திலை யானை வந்து போயிருக்கு" என்றவாறே வீதியின் இடது ஓரமாகக் கிடந்த யானை லத்தியை அவன் சுட்டிக் காட்டினான். மெல்லிய பச்சை நிறத்தில் முடியில்லாத தேங்காய் மாதிரி உருண்டை உருண்டையாகக் காய்ந்து கிடந்த லத்திக் கும்பங்களை அவதானித்த நான், தலையை நிமிர்த்தியபோது 'பகீர்' என்றது. கறுப்பாக, பிரமாண்டமாக...

"டேய் ராசன்... யானையடா..!" அவசரமாகக் கத்தினேன்.

"எங்கை..?" என்றான் அவன் மெல்லிய பதற்றத்துடன்.

"அங்கையடா... அங்கை பார்..." வீதியின் இடதுபுறக் காட்டிற்குள், வீதிக்கு மிகவும் அண்மையாக, கரிய பெரிய யானையொன்று தனித்து நின்றிருந்ததைச் சுட்டிக் காட்டினேன்.

சைக்கிள் பாலத்தை அண்மித்து விட்டதால் சைக்கிளி லிருந்து மூவரும் இறங்கி, அச்சத்துடன் அடிக்கடி திரும்பித் திரும்பி யானையைப் பார்த்துக்கொண்டு அவசரமாகப் பாலத்தால் நடக்கத் தொடங்கினோம்.

"தனியனாய் வந்திருக்குது! போன வருசமும் இந்தப் பாலத்தடியிலை தான் ரெண்டு பேரை யானை அடிச்சது..!" என்று முணுமுணுத்தவாறே ராசன் நடையை மேலும் துரிதப் படுத்தினான். பயத்தினால் என் கைகளும் கால்களும் உதறல் எடுத்தன! நான் மெதுவாக ஓடத்தொடங்கினேன். சற்றுத் தள்ளி. எம்மோடு சமமாக யானையும் வந்து கொண்டிருந்தது.

சுமார் பதினைந்து யார் நீளமான அந்தப் பாலம் கடந்ததும் மீண்டும் மூவரும் சைக்கிளில் ஏறிக்கொண்டோம். சைக்கிள் நகரத் தொடங்கியதும், ராசன் புதுத்தெம்பு வந்தவனாக,

"இனிப் பயமில்லை! டேய்... கள்ளவடுவா... இங்கை ஏண்டா வந்தனி..? ...வாறன் பொறு... ஹாய்... யாய்..." என்று அட்டகாசமாகக் காட்டுக் கூச்சல் போட்டவாறே யானைக்கு விளையாட்டுக் காட்டிக்கொண்டு சைக்கிளை ஓட்டினான். இதுவரை நடந்து வந்து கொண்டிருந்த யானை, நடையை மெல்ல நிறுத்தி, நின்று திரும்பி மரங்களின் இடைவெளியால் எம்மைப் பார்த்துக் காதுகளை விசுக்கென்று அடித்து ஒலியெழுப்பியது.

என் இதயம் ஒரு கணம் நின்று, பின் 'படபட'வென அடிக்கத் தொடங்கியது.

"அது ... அது ... எங்களைத்தான் பாக்குதுடா" நான் பயத்தில் நாக்குளறினேன்.

யானை இப்போ, பத்து யார் இடைவெளியில் நமக்குப் பின்னால், நாம் சென்று கொண்டிருந்த பாதையை அண்மித்து வீதிக்கு ஏறியது.

"ஐயையோ ... றோட்டுக்கு ஏறிட்டுதெடா ... சைக்கிளை ஸ்பீட்டாய் ஓடு ..." நான் என்னை மறந்து கத்தினேன்.

"சும்மா பயப்படாதேங்கோ அக்கா அது எதிர்க்காட்டுக் குள்ளை இறங்கிப் போயிடும்" என்றான் அவன் மெதுவாகத் திரும்பிப் பார்த்தவாறே.

இப்போ யானை எமக்குப் பின்னே சுமார் பதினைந்து யார் தொலைவில், நடுவீதியில் நின்று காதுகளை விசுக்கிப் பிளிறியது !

"டேய் ... ராசன் ... ராசன் ..." நான் பயத்தினால் அவனைக் கட்டிப் பிடித்துக்கொண்டு கத்தத் தொடங்கிவிட்டேன்.

"அது போயிடும். நீங்கள் விழுந்து போடாமல் அப்பிடியே இருங்கோ" என்றவாறே சைக்கிளை இயலுமான வரை வேகமாகச் செலுத்திக்கொண்டிருந்தான் அவன். எதிர்க்காற்று வீசியதால் சைக்கிள் நகர மறுத்து அடம்பிடித்தது.

யானை இப்போ நம்மை நோக்கி வீதி வழியாக நடக்கத் தொடங்கியது.

"ஐயோ ... எங்களிட்டைத்தான் அது வருகுது; ஐயோ ... ராசன் நாங்கள் இறங்கி ஓடுவமடா ..." என்று கத்தினேன்.

இப்போ சைக்கிள் ஆட்டம் கண்டது. அவனுக்கும் வியர்த்துக் கொட்டத் தொடங்கியதை, அவனது முதுகுப்புறம் எனக்கு உறுதிப்படுத்தியது. காற்றுடனும் பயத்துடனும் போராட முடியாமல் சைக்கிள் வளைந்து, திரும்பிச் சரிந்தது.

நான் சைக்கிளில் இருந்து குதித்து ஓடத் தொடங்கி விட்டேன். அவன் சைக்கிளைத் தள்ளிக்கொண்டு ஓடத் தொடங்கினான். அம்மா கடைசியாக ஓடிவந்து கொண்டிருந்தா. மூவர் முகங்களிலும் மரணக்களை !

"அம்மா ... கவனம் அம்மா ..." நான் குரல் கொடுத்த வாறே ஓடிக்கொண்டிருந்தேன். அண்ணளவாக ஒரு ஆறு நிமிடங்களின் பின்னர் திரும்பிப் பார்த்த பொழுது, யானை

எதிர்க்காட்டிற்குள் இறங்கிக்கொண்டிருப்பது தெரிந்தது. இப்போதான் மூவர் முகங்களிலும் பழைய களை பிறந்தது.

"அப்பாடா..." என்றவாறே மூவரும் நின்று ஒன்று சேர்ந்து கொண்டோம். மூச்சு வாங்கியது. பயம் மாறியபோது இனம் புரியாத சிரிப்பு வந்தது. விழுந்து விழுந்து சிரித்துக் கொண்டோம்.

பழையபடி சைக்கிள் மூவரையும் சுமந்து கொண்டு ரவுணை நோக்கி விரைந்து கொண்டிருந்தது.

"அக்கா, ஒரு பொம்பிளை இவ்வளவு வேகமாய் ஓடுறதை இண்டைக்குத் தான் நான் கண்டனான்..."

"சும்மாயிரடா... எனக்கு இப்பவும் அந்த 'ஷொாக்' போகேல்லை" நான் சிரித்தேன்.

"லா...லா...லலலா...லா...லா..." அவன் இனிய மெட்டில் மெதுவாகப் பாடலிசைத்தான்.

சைக்கிள் மாங்குளம் ரவுணைக் கடந்து, வீட்டினுள் நுழைந்து, முற்றத்தில் கிறீச்சிட்டு நின்றது.

வீட்டினுள் இருந்தவர்கள் வெளியில் ஓடிவந்து, மகிழ்ச்சி யுடன் எம்மை வரவேற்றனர். நானும் அம்மாவும் உள்ளே நுழைந்ததும் நுழையாததுமாக யானைக்கதையை ஆரம்பித்தோம்.

ராசன் வெளிமுற்றத்திலேயே சைக்கிளுடன் நின்றிருந்தான்.

"ராசன்... நீயேண்டா நிக்கிறாய்? நல்லாய் இருண்டு போச்சு! அங்கை அம்மா காத்துக்கொண்டிருப்பா... நீ கெதியாப் போய்ச் சேர்" சித்தியின் மகள், வீட்டு வாசலில் நின்றவாறே வெளியில் எட்டிப் பார்த்துக் குரல் கொடுத்தாள்.

"சரி..." அவன் தலையசைத்து விட்டு 'கேற்' வாயிலை நோக்கி நடந்து, பின் தயங்கி நிற்பது வாசல் கதிரையில் அமர்ந்திருந்த எனக்கு நன்கு தெரிந்தது.

"என்னடா? பிறகுமென்ன யோசிக்கிறாய்?" சித்தியின் மகள் வாசலோடு அமர்ந்தவாறே மீண்டும் குரல் கொடுத்தாள்.

"பாவம்! நல்லாய்க் களைச்சுப் போட்டான்..." நான் மனம் பொறுக்காமல் மெதுவாகக் கூறினேன்.

"உவன் உப்பிடித்தான்... கதை குடுத்தால், இங்கேயே மினைக்கெடுவான்; அங்கை போய் மாடெல்லாம் பட்டியில சேர்க்க வேணும்... அவன் போய்ச் சேரட்டும்" அவள் அவனை அனுப்பி வைப்பதிலேயே கண்ணாயிருந்தாள்.

அவன் திரும்பி எதையோ எதிர்பார்ப்பது போல் என்னைப் பார்த்தான். நான் மெல்ல எழுந்து, முற்றத்தில் இறங்கி அவனை அண்மித்தேன்.

"ராசன் ... என்ன யோசிக்கிறாய்?" மெதுவாக. ஆதர வாகக் கேட்டேன்.

"ஒண்டுமில்லையக்கா ... நீங்கள் போய்விடுவியள் தானே?"

"ஓம் ... அதுக்கென்னடா இப்ப?"

"இல்லையக்கா நீங்கள் போகேக்கை நான் வழியனுப்ப நிக்க மாட்டன் ... அது தான் ..."

"அதுக்கென்னடா ... இப்ப வந்து வழியனுப்பி வச்சிருக் கிறாய் தானே?" நான் சிரித்துச் சமாளித்தவாறே கேட்டேன்.

"சரியக்கா ... சுகமாய்ப் போயிட்டு வாங்கோ கடிதம் போடுவியள் தானே?"

"சுகமாய்ப் போயிட்டு வாறதிலையும், கடித மூலமாய்க் குசலங்கள் விசாரிக்கிறதிலையும் எனக்கிப்ப நம்பிக்கை இல்லையடா!"

"அது சரியக்கா ... முடியுமானளவு முயற்சி செய்யிறது தானே?"

"சரி ... கட்டாயம் முயற்சி செய்யிறன் ..."

"ஊர் நிலைமையையும் மறவாமல் எழுதுங்கோ காத்துக் கொண்டிருப்பன் ..."

நான் ஆச்சரியமாக அவனைப் பார்த்தேன்.

"நான் சாகிறதுக்கிடையில ஒருக்காலாவது அந்தப் பக்கம் வருவன் தானே" அவனது வார்த்தையில் தெரிந்த உறுதி, பார்வையிலும் தெறித்ததை அரைகுறை ஒளியில் அவதானிக்க முடிந்தது.

"அவனின் அடையாள அட்டை பற்றி அவசியம் விசாரிக்க வேணும்' நான் உள்ளூரத் தீர்க்கமாக நினைத்துக்கொண்ட போது, "ராசன் இன்னும் போகேல்லையோ ..?" என்ற குரல் வீட்டுக்குள்ளிருந்து வந்து நம் செவிப்பறைகளில் அறைந்தது.

"போயிட்டு வாறனக்கா" அவன் அவசரமாக விடை பெற்றுக்கொண்டு சைக்கிளில் ஏறியபோது, இடுப்பிலிருந்து கற்றையாக நழுவிய கடுதாசிச் சுருளை, சட்டென்று பற்றிய வன் மீண்டும் உள்ளே தள்ளிச் செருகிவிட்டுக்கொண்டான்.

  நிலவுக்குத் தெரியும்

"என்னடா ... அது?"

"கடுதாசிகள் ..." அவன் மெலிதாகப் புன்னகைத்தான்.

"சிவப்பு அச்சாய்த் தெரியுது ..?"

"நாளைக்கு பஸ் ஏறேக்கை சந்திச் சுவரிலை வடிவாய்ப் பார்ப்பியள் தானே ..."

சட்டென்று அதிர்ந்துபோன நான்,

"டேய் ... என்ன சொல்லுறாய்?" அவசரமாகக் கேட்டேன்.

"பிளீஸ் ... அவையளுக்குச் சத்தம் போடாதையுங்கோ ... நான் போயிற்று வாறன்" – மெலிதாகக் கூறியவன் தலையை அசைத்துவிட்டுச் சைக்கிளைத் திருப்பினான்.

வாய் திறக்க முதல் சைக்கிள் வீதியில் ஏறிக்கொண்டிருந்தது. அவனின் ஷேட் வியர்வையில் ஒட்டிப் போயிருந்தது. தலைமுடி கலைந்து பறந்துகொண்டிருந்தது!

சைக்கிளின் பின் சிவப்பு லைற் வேகமாக நகர்ந்து கொண்டிருக்க, நான் 'கேற்' வாயிலில் நின்றவாறே உள்ளே திரும்பிப் பார்த்தேன்.

அவர்கள் சாதாரணமாகக் கதைத்துக்கொண்டிருந்தார்கள்.

(1988இல் 'நிழல்கள்' தொகுப்பிலும் 1993இல் ஈழத்தின் சிறந்த சிறுகதைகள் தொகுப்பான 'வெள்ளிப் பாதசரம்' தொகுப்பிலும் இடம்பெற்றது.)

அவர்கள் இல்லாத தேசம் ..!

அவர்கள் வாழ்ந்த நிலத்தின் பெரும்பகுதியைக் கடல் அணைத்திருந்தது! இந்து சமுத்திரத்திலிருந்து நிலத்தை நோக்கி நகரும் ஒடுங்கிய நீர்ப்பரப்பான பாக்கு நீரிணை அந்த நிலப்பகுதியின் ஓரங்களை எப்பவும் நனைத்தபடியே இருந்தது. அதன் 'ஓ'வென்ற பேரிரைச்சலைக் கேட்டபடியே அப்பகுதியிலுள்ள அநேகம் பேர் விழித்துக்கொண்டார்கள். விரிந்து கிடக்கும் கடலின் ஓரத்தைத் தொட்டுக்கொண்டு செல்லும் நீண்ட வீதியில் எங்கு நின்று உரத்துக் கத்தினாலும் இந்தியா வின் தெற்குக் கரைக்கு அவ்வோசை போய்ச் சேர்ந்து விடும் என்கிற உற்சாகமான கற்பனையுடனும் ஒருவிதப் பாசத்துடனும் அக்கரை பற்றிய நெருக்கமானதொரு உணர்வைத் தமக்குள் எப்பவும் அவர்கள் நிறைத்து வைத்திருந்தார்கள்.

அந்த மண்ணின் புவியியல் அமைப்பு, பூர்வீகத்தில் 'நாகதீபம்' என அழைக்கப்பட்டு, இராவணேஸ்வரன் ஆட்சிக் காலத்தில் 'இலங்காபுரி' என அழைக்கப்பட்ட இலங்கை நாட்டின் வடமுனையில், ஒரு மனித உடலின் தலைப்பகுதியிலுள்ள மூளையை ஞாபகப்படுத்துவதாய் வரைபடங்களில் காட்சியளிக்கும். ஆதியில் நாகர் இனக் குடிகள் வாழ்ந்ததற்கான தொல்பொருள் சான்றுகள் நிறைந்திருக்கும் முக்கிய நிலப்பகுதி என ஆராய்ச்சியாளர் கள் கருதுகிற மணலும் கல்தரைகளும் கடல்வளமும் நிறைந்த பூமி அது.

சிங்கைநாடன் எனும் செகராசசேகர மன்னன் ஆட்சிக் காலத்தில் 'சிங்கை நகர்' எனப் பெயர்பெற்ற, வட இலங்கை அரசாட்சியின் தலைநகராக விளங்கிய, 'வல்லிபுரம்' என்ற பகுதியையும், அதற்குச் சான்றாகப் பிரசித்தி பெற்ற 'வல்லிபுர ஆழ்வார்' ஆலயத்தையும், அதேவேளை, ஒல்லாந்தர் காலத்தில் முக்கிய வியாபாரமாக இருந்த பருத்தி உடை ஏற்றுமதி, இறக்குமதிகளைச் செய்யும் கடல்துறைமுகத்தையும் வெளிச்ச வீட்டையும் கொண்டிருக்கும் 'பருத்தித்துறை' என்ற விசால மான ஊரையும், வாலசிங்க மகாராசனால் யாழ்பாடிக்குப் பரிசாக அளிக்கப்பட்ட மணற் பகுதியில், யாழ்பாடியுடன் வந்திருந்த தேவர்குலத்தவர்களுள் ஒருவனான வல்லித்தேவனுக்கு யாழ்பாடியால் வழங்கப்பட்ட, அதேவேளை தென்னிந்தியாவில் பல்லவர் ஆட்சிக் காலத்தில் 'வல்லவர்கள்' என அழைக்கப்பட்ட ஒரு ஜாதியினர் வருகை தந்து, தாமே வெட்டி உருவாக்கிய துறைநிலப் பகுதியான 'வல்வெட்டித்துறை' என்ற ஊரையும் தன்னகத்தே கொண்டிருக்கும் சரித்திரப் புகழ்பெற்ற மண் அது !

இலங்கையின் வடபகுதியில் உள்ள யாழ்ப்பாண சாம்ராஜ்யத்தின் முக்கிய நிலப்பகுதிகள் இவை என்று கூறப்படும் வரலாற்றுக் கதைகளை அவர்கள் வழிவழியே படித்துக்கொண்டும் கேட்டுக்கொண்டும் வளர்ந்தவர்கள் !

யாழ்ப்பாணத்தையும இந்த நிலப்பகுதியையும் நீர்த்திடல் ஒன்று நீளமாய்ப் பிரித்திருப்பதால் கலாச்சாரம் பண்பாடு களில் கலப்புகள் ஏதுமின்றி, பூர்வீகக் குடிகளோடு மிகவும் தொடர்புபட்டிருக்கும் இந்நிலப்பகுதி 'வடமராட்சி' எனப் பெயர் பெற்றிருந்தது.

அதிகப் புத்திசாலித்தனமும் அதே வேளை, அதிக வெகுளித் தனமும் நிறைந்தவர்களாக அவர்கள் இருந்தார்கள். தாம் பேசும் மொழி மீதான அதீதப் பற்றுதலும், தமிழர் பண்பாடு களிலுள்ள நெருங்கிய ஈடுபாடும், அங்கே பிரித்தெடுக்க முடியா வண்ணம் வேரூன்றிக் கிடந்தன! செந்தமிழ்ப்புலவர்களும் அறிவியலாளர்களும் வியாபாரிகளும் கப்பலோட்டிகளும் அந்நிலப்பரப்பிற்குரிய அடையாளங்களை எப்பவும் தம்மகத்தே பிரதிபலித்துக்கொண்டேயிருந்தார்கள்.

கிறிஸ்துவிற்கு 200 ஆண்டுகளிற்கு முற்பட்ட, 'பெருங்கற் பண்பாடு' (Megalithic Culture) பரவியிருந்த காலத்தின் பூர்வீக வரலாற்றுக் கதைகள் அங்குப் புழுக்கத்தில் இருந்து கொண்டே யிருந்தன. ஆண்டாண்டுக் காலமாய் ஆண்டு வந்த தமிழினத் தின் தனித்துவம், அவர்களின் மொழி, அவர்களின் உயிர்ப்பு

நிறைந்த வாழ்வு, அவர்களுடனான வளங்கள், அவர்களுக்கே யான உரிமைகள் யாவும் வெவ்வேறு வேற்றுநாட்டு மன்னர்களின் வருகைகளைத் தொடர்ந்து, மகிழ்வைத் தராத பல மாற்றங் களைப் படிப்படியாகச் சந்திக்கும் துரதிட்ட நிலைமையைக் கொண்டு வந்துகொண்டிருந்தது! இறுதியாகத் 'துஷ்டகைமுனு' என்னும் கெட்ட குணங்களையுடைய சிங்கள மன்னனால், போர் விதிகளிற்குப் புறம்பாகக் கொல்லப்பட்ட 'எல்லாளன்' என்னும் தமிழ் மன்னனின் மரணத்திலிருந்து இனங்களினதும் மனங்களினதும் கசப்பு நிலைகள் வேறொரு வடிவத்துடன் ஆரம்பிப்பதாய் அவர்கள் காலம் காலமாய் நம்பிக்கை கொண்டிருந்தார்கள்.

வரலாற்றில் கை வைக்கும் நேர்மைக்குப் புறம்பான வேற்றின அரசாட்சியின் மீதான அவநம்பிக்கை, அவ்வப்போது ஆட்சியினரால் நசித்து அழிக்கப்படும் மனித உரிமைகள், படிப்படியாகப் பாரம்பரியத்தின் வேர்களை அறுத்தெறிய விளையும் தந்திரம் மிக்கவர்கள் மேல் ஏற்படும் வெறுப்பு, இரண்டாந்தரப் பிரஜைகளாகவும் அந்நியர்களாகவும் ஆக்கப் படுவதற்கான திட்டமிடப்பட்ட செயல்திட்டங்களின் சூத்திர தாரிகள் மீதான கோபம், பாராமுகமாயிருக்கும் பச்சோந்தி களின் மேல் உண்டாகும் அருவருப்பு... இவை யாவும் ஒரு புதிய வரலாற்றிற்கான அத்திவாரங்களாகவும் அவற்றிற் கான வலிந்த திசைகாட்டிகளாகவும் மெல்லமெல்ல மாறின! அமைதியும் ஆசாரமும் அபூர்வச் சந்தோசங்களும் நிறைந்திருந்த அந்த மண்ணில், ஆற்றாமையெனும் நெருப்பின் அகோரம் பரவத்தொடங்கிற்று!

அன்றும் கடல் அப்படியே தான் அலைந்து கொண்டிருந் தது! படகுகள் அங்குமிங்குமாய்த் திரிந்து கொண்டிருந்தன. சந்தைகள் கூடியிருந்தன. பாடசாலைகள் கேள்விக்குறிகளைச் சுமந்து திரியும் மாணவர்களால் நிரம்பியிருந்தன! வாகனங் கள் வெப்பப்பெருமூச்சுகளைச் சேர்த்தள்ளியபடி ஓய்வின்றி ஓடிக்கொண்டேயிருந்தன! நகரப்பகுதிகள் அதே சுறுசுறுப்புடன் இயங்கிக்கொண்டிருந்தன. ஆயினும் எல்லோரினதும் சிரிக்கும் உதடுகளிற்குப் பின்னால் நிறையவே விடயங்கள் பேசப்படா மல் காத்திருந்தன! எல்லோரினதும் கூர்மையான கண்களிற்குப் பின்னால் அச்சமும் குழப்பமும் கடல்போல் பெருகிக் கிடந்தன! எல்லோர் சிந்தனைகளிலும் புதிதுபுதிதாய் நிம்மதியற்றதும் மகிழ்வைத் தராததுமான கற்பனைகள் வந்து கொண்டே யிருந்தன!

அவர்கள் கடலைப் பார்த்தபடியே நடந்தார்கள். அவர் களுக்குப் பிடித்தமானவர்கள் அங்கிருந்து தான் வருவார்கள்

அல்லது அங்குத் தான் போவார்கள் என்பது வழமையான எதிர்பார்ப்பாக உருப்பெற்றிருந்தது. பார்வைக்கெட்டிய தூரம் வரை கடலில் தெரியும் படகுகள் அவர்களுடையதாகவே இருக்கும் என்றும் எல்லோரும் எண்ணினார்கள்.

படகுகள் நிறையவே போயின! மீளவும் திரும்பின. சில திரும்பாமலே போயின! திரும்பாமல் போன படகுகள் பலருக்கும் தீராத் துயரை அளித்தன. சிலருக்கு வாழ்வில் எதிர்பாராத பெரிய மாற்றங்களை அது ஏற்படுத்தியது!

ஒரு நாள் திரும்பி வந்த படகில் அவன் வந்தான். கடலுணவும் அத்தியாவசிய உடற்பயிற்சிகளும் சேர்ந்து வளர்ந்த திடகாத்திரமான உடலுடன் கம்பீரமாக நடந்து வந்தான். அவனின் வரவு அவனைச் சார்ந்த வேறு சிலருக்கும் அவன் வருகை தந்திருந்த அந்த வீட்டிற்கும் மிகவும் புதுமை நிறைந்ததாகவும் உவகை தருவதாகவும் இருந்தது. சாதி மதப் பேதங்களை உன்னிப்பாகக் கவனிக்கும் ஆசாரம் மிக்கவர்கள் என்ற தோரணையில் வாழும் சில பெரியவர்கள் அந்த வீட்டில் அனேகமான அதிகாரங்களோடு உலாவிக் கொண்டிருந்ததால் அவனின் வரவு அவர்கள் மத்தியில் பல விமர்சனங்களை அவ்வப்போது உருவாக்கிக்கொண்டேயிருந்தது.

வீட்டின் இளசுகள் அவனின் வரவால் ஒரு புத்துணர்ச்சியை யும் உற்சாகத்தையும் பெற்றுக்கொண்டிருந்தார்கள். அவனின் சாரக்கட்டு, சுருள் முடி, மிடுக்கான நடை, மென்மையானதும் உறுதியானதுமான பேச்சு, அவனின் உடலில் இருந்த இறுக்க மான தசைக்கட்டிகள் அதற்கும் மேலாக அவனின் இடுப்பில் சொருகியிருந்த மினுக்கமான 'பிஸ்ரல்' என யாவுமே அவர் களை ஈர்த்த வண்ணமே இருந்தன. அவனுக்கருகில் அதிக நேரங்களைச் செலவிட்டுக்கொண்டிருந்தவர்கள் அந்த வீட்டின் கடைக்குட்டிகள் எனச் சிலாகிக்கப்படும் சிறுவர்கள். அவர்கள் முன்பின் கண்டறியாத அவனை "மாமா" என்றே அழைக்கத் தொடங்கியிருந்தார்கள். அவர்களின் மைத்துனர் அவனைக் "கணேசு" என்றும் "நண்பா..." என்றும் விளித்துக்கொண்டார்.

வீட்டில் ஆசாரம் கருதும் வயதான பெரியவர்கள் இல்லாத பொழுதுகளில் அவன் அநேகமாக வரப் பழகியிருந்தான்!

பகீரும் சுப்புவும் அவனின் அருகிலேயே எப்பவும் போய் நின்றுகொண்டிருந்தார்கள். அவன் எப்பொழுதும் இவர்களை அணைத்தும் தழுவியும் தன் அன்பைக் காட்டியபடி பல கதைகளை மெதுவாகச் சொல்லிக்கொண்டிருப்பான். அவனிடம் ஏராளம் கதைகள் இருப்பதாகவும் அவற்றை ஒன்று விடாமல்

கேட்டுக்கொள்ள வேண்டும் என்ற தவிப்புடனும் அவர்களிரு வரும் அவனது உதடுகளின் அசைவிற்காகக் காத்திருப்பார்கள். அவனின் உதடுகள் அசைகிற பொழுதெல்லாம் அவர்களை அதிர வைக்கும் விடயங்கள் மெதுவாக உதிர்ந்து கொண்டே யிருக்கும்! மிகப் புதிய இராமாயணக் கதையொன்றைக் கேட்பதுபோல உணர்வுகள், உடல் முழுவதையும் ஆக்கிரமித்து, நரம்புகளை முறுக்கேற்றும்!

அக்கரை பற்றிய சேதிகளைக் கூறும்போதெல்லாம் அவனின் குரல் தாழ்ந்து, பரம ரகசியம் ஒன்றைப் பாதுகாப் புடன் அவிழ்த்து விடுவதுபோல வார்த்தைகள் சொரிகளாய் மெல்லமெல்ல வந்து விழும்!

பகீரின் மேலுதட்டில் அரும்பியிருக்கும் 'வில்' போன்ற மெல்லிய பூனை முடிகளிற்கு இடையால் பளபளவென்று வியர்வைத்துளிகள் மின்னத் தொடங்கும்! சுப்புவிற்கு இலேசான பயமும் ஆர்வமும் இருந்து கொண்டேயிருக்கும்.

கணேசுமாமா விடைபெறும்போது 'எப்போ மீண்டும் வருவார்' என்று ஆவலோடு கேட்டுக்கொண்டார்கள். அம்மா அவரை விரைவில் போகவிடாமல் தடுத்து வைத்து, மதிய உணவு பின் இரவுணவு எல்லாம் கொடுத்தால் மேலும் நன்றாயிருக்குமே என்று மனத்திற்குள் அங்கலாய்த்துக் கொண்டார்கள்.

நாடு முழுவதும் களேபரப்பட்டுக் கிடந்த ஒரு நாளில், வெயில் அடித்து ஓய்ந்ததொரு மாலை நேரத்தில் மீண்டும் ஒரு நாள் அவன் இவர்களின் வீட்டுக்கு வந்திருந்தான். அவனின் வரவு வீட்டிலுள்ள பெரியவர்களுக்குப் பதற்றத்தை யும் பயத்தையும் யோசனையையும் தந்துகொண்டேயிருந்தது. ஆனால் பகீரும் சுப்புவும் அவனைக் கண்டதும் உலகத்துச் சந்தோசங்களெல்லாம் தம்மைத் தேடி வந்துபோல அவனருகில் ஓடிச் சென்று அவனை வரவேற்றார்கள். அவனிடம் கேட்க வேண்டிய ஆயிரம் கேள்விகள் அவர்களிடம் காத்துக் கிடந்தன!

அவன் வழமைபோல அந்தப் பெரிய விறாந்தாவின் ஓரத்தில் மரத்தூணோடு சாய்ந்ததும் சாயாததுமாக அமர்ந்து கொண்டான். வீட்டு முற்றத்தில் கண்களைக் கவரும் வண்ணம் செவ்வரத்தம் பூக்கள் ஏராளமாய்ப் பூத்துக் குலுங்கிக் கிடந்தன. மாதுளம் பிஞ்சுகள் குலைகுலையாகக் காற்றில் ஆடிக்கொண்டு அழகு காட்டின. விறாந்தாவோடு ஒட்டியபடியிருந்த வேம்பி லிருந்து பழங்கள் சிதறிக் கிடந்தன. அம்மா புன்னகை சிந்திய வாறே குந்தியிருந்து வேப்பம் பழங்களைக் கையால் ஒதுக்கி

விட்டு, நிலத்தில் பரவிகிடந்த பூக்களை மட்டும் மண் சேராமல் அள்ளிக் கடகத்தில் சேர்த்துக்கொண்டிருந்தாள்.

சுபத்திரா உடுப்புகளைக் கயிற்றுக் கொடியில் காயப் போட்டவாறே பார்வையால் எல்லோரையும் தொட்டுக் கொண்டு திரிந்தாள். "அவள் எப்பவும் ஒரு பூதக்கண்ணாடி கொண்டு திரிவாள்" என்று ஒரு நாள் கணேசுமாமா சொன்ன போது பகீருக்கும் சுப்புவுக்கும் அது விளங்கவில்லை!

"பூதக்கண்ணாடியா..? அக்காவிட்டை அது இருக்கா..?" என்றவாறே இருவரும் ஒருவரையொருவர் பார்த்துக்கொண் டார்கள். ஆனால் அவன் அதைச் சொன்னதிலிருந்து அவனைக் காணும் தோறும் ஒரு இலேசான வெட்கம் அவளைப் பற்றிக் கொண்டிருந்தது பற்றி அவனும் கவனித்திருப்பான் என்றே தோன்றியது. எதேச்சையாகத் திரும்பும் வேளைகளில் அங்கிருந்து வரும் மெல்லிய புன்னகையொன்று எப்பவும் அவளைக் கடந்து மிதந்து போனது!

"கணேஷ் எப்ப வந்தது..?" இடையிடையே நிமிர்ந்து பார்த்துக் குசலம் விசாரித்தாள் அம்மா.

"நேற்று ..."

"பிறகு திரும்பிறது ..?"

"நாளைக்குப் புறப்படவேணும் மாமி ..."

அவன் தன் நண்பனின் உறவு முறையையே அம்மாவுடன் பேணிக்கொண்டிருந்தான். பகீரின் மைத்துனரது நண்பன் என்ற நினைவு எல்லோருக்கும் மறந்து போயிருக்கும் வேளை களில் அவன் "மாமி ..." என விளிக்கையில் தான் திடுமென்று அது ஞாபகத்திற்கு வந்து போகும்.

"ராணியும் பிள்ளைகளும் சுகமாய் இருக்கினமோ ..?"

"இருக்கினம் மாமி ..."

அவன் சொல்லும்போதே ராணி அக்காவின் பென்னம் பெரிய வட்டமான குங்குமப் பொட்டுத் தான் முதலில் எல்லோருக்கும் ஞாபகத்தில் வந்தது. பகீருக்கும் சுப்புவுக்கும் ஒரே நேரத்தில் அது வந்திருக்க வேண்டும். ஒருவரையொருவர் பார்த்துச் சிரித்தார்கள்.

சுபத்திரா அவித்த பளங்கிழங்கும் ஆவி பறக்கும் தேநீரும் கொண்டு வந்து அவனிடம் நீட்டினாள். அவன் "தாங்ஸ்" என்றவாறே தட்டோடு வாங்கிக் கொண்டான்.

வசதியாக அமர்ந்து கொண்டு தேநீரை அருந்தும் பொருட்டு அவன் தனது இடுப்பில் நெருக்கிக்கொண்டிருந்த பொருளை இழுத்துக் கீழே அருகில் வைத்தான். அதன் தோற்றமும் மினுக்கமும் பகீரின் உணர்வுகளை உலுக்கியது. உடனே நிமிர்ந்து அவனைப் பார்த்துவிட்டு மெதுவாகவும் கவனமாகவும் பகீர் அதனைத் தூக்கினான். அவன் புன்னகை யோடு தேநீரை அருந்திக்கொண்டிருந்தான்.

பகீர் பெருமிதத்தோடும் தன்னை மீறி எழும் கிளர்ச்சி யோடும் அதைத் திருப்பித் திருப்பிப் பார்த்தான். அதன் கைப்பிடி பளபளப்பாகவும் பிறவுண் நிற மரத்தினாலானதாக வும் தோற்றம் அளித்தது. சுடுகலன் பகுதி மென்னிரும்பாலானது. முனைகளிலுள்ள துவாரங்களை விரல்களால் தொட்டுப் பார்த்தான். அவன் எதிர்பார்த்ததை விடக் கொஞ்சம் பாரமாகவும் இருந்தது.

"அது எம்.ஆர்.செவின்றிதிரீ" என்றார் முகத்தைத் திருப்பாமலே மெல்லிய புன்னகையோடு.

"எத்தினை றவுண்ட்ஸ் இருக்கு..?" – பகீர் அவனின் முகத்தைப் பார்க்காமலே கையிலுள்ள பொருளை ஆராய்ந்து கொண்டு கேட்டான்.

"சிக்ஸ் றவுண்ட்ஸ்..."

பகீர் மீண்டும் ஒரு தடவை அவனை நிமிர்ந்து பார்த்தான்.

"மேட் இன் பிரான்ஸ்..." என்றான் அவன்.

முற்றத்தில் வீட்டுக் கோழிகள் மேய்ந்து கொண்டிருந்தன.

"நானிதை 'ட்ரை' பண்ணலாமா."

"பண்ணு..." என்றான்.

கைப்பிடியில் அழுத்தமாக விரல்களைப் பதித்து வளையத் திற்குள் சுட்டுவிரலைச் செலுத்தி, றிக்கரை மெதுவாக அழுத்தத் தயாரானான் பகீர். முன்னாலிருந்த மாதுளை மரத்தின்கீழ் நின்று எதையோ மும்முரமாகக் கொத்திக்கொண்டிருந்த கறுப்புப்பேட்டுக் கோழியை நோக்கி முனை நேராக நின்றது. அவன் றிக்கரை தயங்காமல் அழுத்தினான். அது ஒரு சின்ன உதைப்புடன் மெல்லிய ஓசையைக் கக்கியது. கோழி தொடர்ந்து கொத்திக்கொண்டேயிருந்தது. பகீர் கணேசு மாமாவை ஏமாற்றத்துடன் பார்த்தான். பின்னர் 'எம் ஆர் 73'யைக் கணேசு மாமாவிடமே கையளித்தான். அவன் பகீரின் முகத்தைப் பார்த்தபடியே தேநீர் அருந்திக்கொண்டிருந்தான்.

                               நிலவுக்குத் தெரியும்

கோழி தள்ளாடிக்கொண்டு நடப்பதைச் சுபத்திரா பதைப்போடு பார்த்துக்கொண்டிருந்தாள். கோழி தன் சிறகு களைக் கிளப்பியபடி கால்கள் இடற மெதுவாகச் சரிந்து சோர்ந்து படுத்தது. மெல்லிய முனகல் சேர்ந்த, சிறு துள்ள லோடு முழுமையாகத் தலையைக் கீழே மண்ணில் விழுத்திய போது அவள் இதயம் படபடத்துக்கொண்டது.

பகீர் விழிகள் நிறைந்த வியப்புடன் கணேசுமாமாவைப் பார்த்தான். அவனின் கண்களுக்குள் மெல்லிய உற்சாகமும் கலவரமும் கலந்து மின்னியது. அவன் மெதுவாக எழுந்தான். கோழி அசையாமல் அப்படியே முற்றத்தில் விழுந்து கிடந்தது.

மௌனம் கனமாய்ப் படர்ந்து கிடந்த அந்தப் பொழுதைக் கணேசுமாமா மெதுவாகக் கரைக்கத் தொடங்கினார்.

"படகை நெருங்கும் எந்த விலங்கையும் இதனால் அடக்கி விடலாம்."

பகீர் ஒருவிதப் பரவசத்தோடு அவனைப் பார்த்தான். கணேசுமாமா திடீரென்று எழுந்தார். புறப்படத் தயாரானார்.

எல்லோரிடமும் சொல்லிவிட்டுப் புறப்படும் போது பகீர் அவரின் பின்னாலேயே வெளிவாசல் வரை போனான்.

"நான் உங்களோடு வரலாமா..?" என்றான் மெதுவாக.

"எங்கை?"

"அங்க தான் படகில..."

"எதுக்கு..?"

"நீங்கள் எதுக்குப் போறீங்களோ அதுக்கு."

கணேசுமாமா வாசலைக் கடக்காமல் அப்படியே நின்று அவனை உற்றுப் பார்த்தான். 'உண்மையாகச் சொல்கிறியா?' என்பது போலிருந்தது அவரின் பார்வை.

"முதல்ல படி. பிறகு பார்ப்பம்..." என்றார்.

"இல்லை... நீங்கள் திரும்பி வராட்டில்..?" – பகீர் பார்வையை எடுக்காமலே கேட்டான்.

கணேசுமாமா ஒருவித அதிர்ச்சியோடு அவனைத் திரும்பிப் பார்த்தார்.

"நான் வராட்டில்... வீமண்ணாவைக் கேள். இப்ப கவனமாகப் படி" என்றுவிட்டுச் சுவரோடு நின்றிருந்த சுபத்திராவைப் பார்த்தார்.

"போயிட்டு வாறன்."

சாரத்தின் ஒருபக்க நுனியைப் பற்றிப் பிடித்தவாறு படியால் இறங்கிச் சைக்கிளைத் தள்ளியபடி அவர் போய்க் கொண்டிருந்தார்.

○

பரபரப்பையும், தீவிரங்களையும் சுமந்தபடி நகரும் நாட்கள், வழமை போலவே எல்லா விதிகளையும் காவிச் சென்று கொண்டிருந்தன! யாருக்கும் எதுவும் முன்கூட்டியே தெரியாமல் இருந்தது! எல்லாம் திடுமென்றே நடக்கும் காரியங்களாயின! காரணங்கள் யாவும் பெரிதும் கேள்விக் குறிகளாகவே இருந்தன!

ஊரடங்குச் சட்டம் திடீரென்று வரும். திடீரென்று விலக்கப்படும். எல்லாவற்றிற்கும் ஒரு சங்கைப்போல, ஒரு அரசனின் தூதுவனைப்போல வானொலி மட்டுமே இயங்கிக் கொண்டிருந்தது. அதில் ஒலிக்கும் அழகான தமிழ்ப்பாடல்கள் எல்லாம் மூச்சடங்கி நீண்ட காலமாகியிருந்தது! ஊர்களை அடக்குவதும் வெருட்டுவதும் பயமுட்டுவதுமான அறிவித்தல் கள் மட்டுமே வானொலியின் தமிழ்ச் சேவையினை ஆக்கிரமித் திருந்தது! வானொலிகள் அடிக்கடி முதலைகளைப்போலத் தோற்றங்காட்டின! கடைகளும் பாடசாலைகளும் அலுவலகங் களும் திறக்கப்படும் மறுநிமிடமே பூட்டப்பட வேண்டிய கட்டளைகளையும் வானொலி எந்த முன்யோசனைகளு மின்றிச் சுமந்து வந்து கொண்டிருந்தது!

வைத்தியசாலைகள் கவனிப்பாரற்ற சத்திரங்கள் போல ஆகிக் கொண்டிருந்தன! வைத்தியர்களை விட முதலுதவிப் பயிற்சியாளர்களின் பணிகள் பெரிதும் இடம்பிடிக்கத் தொடங்கியிருந்தன!

யாரோ வந்து பகீரிடம் சொன்னார்கள் 'கடலோரத்தில் மூன்று இளைஞர்களின் பிணங்கள் வந்து கரையொதுங்கிக் கிடக்கிறது' என்று. அதில் ஒன்று 'தும்பளை – முகுந்தனுடைய தாக இருக்கலாம்' என்று நிலவன் சொன்னான். இன்னொன்று 'கலட்டி – புவியினுடையதாக இருக்கலாம்' என்று மேனன் சொன்னான். மற்றையது அடையாளம் தெரியவில்லை என்று பலரும் பேசினார்கள். பகீர் எதுவும் பேசாமல் தெருவாயிற் படியில் அமர்ந்திருந்தான். நிலவனும் மேனனும் சைக்கிள்களில் சாய்ந்தபடி நின்று பேசிக்கொண்டிருந்தார்கள். ஊரடங்குச் சட்டம் அமுலில் இருப்பது பற்றி அவர்கள் பொருட்படுத்த வில்லை. ஒழுங்கைகள் வாகன இரைச்சல்கள் எதுவும் கேட்காத

வரைக்கும் தத்தம் காரியங்களிற்காக ஆள்நடமாட்டத்துடன் இருப்பது வழமையாகிவிட்டிருந்தது.

"இன்பம் மாஸ்ரற்றை அம்மாவை நேற்றுக் கண்டனான் பாவமடா. என்னைக் கண்டதும் றோட்டில வைச்சுக் கட்டிப் பிடிச்சு ஒப்பாரி வைச்சா. தாங்க முடியாமல் போச்சுது..." நிலவன் மெதுவாகச் சொல்லிக்கொண்டிருந்தான்.

"அவரை ரயர் போட்டு, கொழுத்தி எரிச்சவங்களெல்லே..." – மேனன் உதடுகளை அழுத்தியவாறே கூறினான். கூடவே சில கெட்ட வார்த்தைகளும் இணைந்து வந்து வெளியில் விழுந்தன.

"இன்பண்ணை, சின்னத்தம்பி ரீச்சற்றை புருஷன், தேவ ராசா, கனகண்ணையின்ரை தங்கச்சிக் குடும்பம்... பிறகு வத்தளைப்பக்கம் இவர்... எங்கட... அரவிந்தன் மாஸ்ரற்றை தலையன்... எண்டு எத்தினை பேர்? ஒருத்தரும் உயிரோட திரும்பி வரேல்லைத்தானே?"

நிலவனின் கண்களில் கோபமும் வார்த்தைகளில் வெறியும் குடியேறியிருந்தது!

"என்ன பகீர் பேசாமலிருக்கிறாய்..?" – மேனன் கேட்டான்.

"இல்லை... எங்கட அண்ணனும் 10 நாளைக்குப் பிறகு தானே தப்பி வந்து சேர்ந்தவர். தப்பினது ஒரு அதிசயம் தான்..." பகீரின் உதடுகள் மெதுவாகத் திறந்து பேசினாலும் சிந்தனை வேறொன்றில் மூழ்கிக் கிடப்பதாய்த் தோன்றியது.

சுப்பு தனியாகப் போய்க் கோயில் கிணற்றில் நல்ல தண்ணீர் அள்ளிக்கொண்டு வந்து கொண்டிருந்தான். பெரிய பிளாஸ்ரிக் பரலை நிரப்பி மூச்சைப் பிடித்து, முக்கிமுக்கித் தூக்கிக்கொண்டு வந்தான். நிலவன் ஓடிப்போய்ச் சிறிது தூரம் கைகொடுத்துத் தூக்கி வந்து வாசலில் வைத்தான்.

சுபத்திரா, வீட்டு வாசலுக்கு வந்து எட்டிப் பார்த்தபோது நிலவனும் மேனனும் போவதற்கு ஆயத்தமாகிக்கொண்டிருந் தார்கள். பெரிய வீதிப்பக்கம் வாகனச்சத்தம் கேட்பதாய்த் தோன்றியது.

"அவசரப்பட்டுப் போக வேண்டாம் பாத்துப் போகலாம், உள்ளை வாங்கோ" என்று பதறினாள் அவள். அவர்கள் சிரித்தவாறே "பரவாயில்லை... நாங்கள் இந்த ஒழுங்கையால பாய்ஞ்சிடுவம்..." என்று முணுமுணுத்தவாறே சைக்கிளை உருட்டிக்கொண்டு நடக்கத் தொடங்கினார்கள்.

வாகனங்கள் சந்தியைக் கடந்து போகும் ஓசை கேட்டது. சுபத்திரா ஓடிச்சென்று 'கேற்' வாயிலில் நின்று எட்டிப் பார்த்தாள். அவர்கள் அதற்குள் காணாமல் போயிருந்தார்கள். பகீர் உள்ளே வந்தபோது வானொலியில் பிரதானச் செய்திகள் ஒலிபரப்பாகிக்கொண்டிருந்தது.

'கொழும்பு கொட்டாஞ்சேனைப் பகுதியில் பயங்கரவாதி கள் எனச் சந்தேகிக்கப்படும் 4 தமிழ் இளைஞர்கள் பயங்கர வாதத் தடைச்சட்டத்தின் கீழ் கைது செய்யப்பட்டுள்ளார்கள்' என்ற செய்தியை மதியழகன் வாசித்துக்கொண்டிருந்தார்.

"ம் ... இந்தக் கோதாரி விழுவாங்கள் ... நல்லொரு தடைச்சட்டம் போட்டு வைத்திருக்கிறாங்கள். நாலு பேரே? இன்னும் எத்தனை பேரை இந்தச் சட்டம் அந்தப் பட்டியலுக்கை சேர்க்கப் போகுது ..." அம்மா ஆற்றாமையில் முணுமுணுத்த வாறே புலம்பியபடி அடுப்படியில் பிட்டு அவித்துக்கொண் டிருந்தாள். வானொலியில் செய்திகள் முடிவடைந்து அறிவித்தல் கள் ஒலிபரப்பாகிக்கொண்டிருந்தன. மீண்டும் ஊரடங்கு பற்றிய அறிவித்தல்கள் தெளிவாகச் சொல்லப்பட்டுக் கொண்டிருந்தன.

பகீரை அம்மா சாப்பிட அழைத்தபோது அவன் வெளியில் போய்விட்டிருந்தான். அம்மா மனம் பதைக்கப் பதைக்க அவனைத் திட்டிப் பேசிக்கொண்டிருந்தாள். அந்த நேரம் அவன் வெளியில் போனது அம்மாவைக் கோபமூட்டியிருந்தது என்று அவளின் கண்கள் சொல்லின. எல்லோருக்கும் வரும் அநேகமான கோபங்கள் பயத்தினாலும் ஆற்றாமையினாலும் தான் என்று சுபத்திரா எண்ணிக்கொண்டாள்.

எல்லோரும் இரவு உணவு சாப்பிட்டு நீண்ட நேரமாகிய பின்னரும் அவன் வரவில்லை. அம்மா மட்டும் சாப்பிடாமல் பகீருக்காகக் காத்துக்கொண்டிருந்தாள். நிலவனினதும் மேனனினதும் அம்மாக்கள் இவர்களின் வீடு தேடி வந்து குழப்பத்துடன் விசாரித்தார்கள். அம்மாக்களின் கண்களில் கலக்கமும் நெஞ்சினுள் பதற்றமுமாய் குச்சு வீதிகளிற்குள் ஓடுபட்டுத் திரிந்தார்கள்.

சுப்பு அமைதியைத் தொலைத்துவிட்ட போதும், எப்படியோ படுக்கையிலிருந்து ஒரு புத்தகத்தை வாசித்துக்கொண்டிருந்தான்.

பொழுது முழுமையாக இருண்டு போயிருந்தது! வானத் தில் சில நட்சத்திரங்கள் மட்டுமே மின்னிக்கொண்டிருந்தன! சந்திரனைக் காணவில்லையே என்ற மெல்லிய ஏமாற்றத் துடன் சுபத்திரா விறாந்தாவின் ஓரத்தில் நீண்ட நேரமாய்

                    நிலவுக்குத் தெரியும்

அமர்ந்திருந்தாள். அவளிள மனத்திற்குள் ஆயிரம் கேள்விகள் முளைத்திருந்தன! இனம்புரியாத துயரமும் நம்பிக்கை தரும் புதிய கனவுகளுமாய் மனம் அலைக்கழிந்து கொண்டிருந்தது! அவள் கையில் பகீர் மேசையில் விட்டுப்போயிருந்த கடிதம் இருந்தது. அதில் "யாரும் கவலைப்படாதீர்கள். அம்மாவை அழவேண்டாம் என்று சொல்லுங்கள். நான் ஒரு நல்ல சூழலில் உங்களிடம் வருவேன்" என்று எழுதியிருந்த வரிகளை மட்டும் திரும்பத் திரும்ப அவள் வாசித்துக்கொண்டிருந்தாள்!

மறுநாள், ஊரடங்குச் சட்டம் விலக்கப்பட்ட ஒரு விடியல் உதயமாகியிருந்தது! சனங்கள் அவசரமாகச் சந்தைக்குச் செல்வதும் கோயிலுக்குச் செல்வதும் என்று பரபரப்பாகிக் கொண்டிருந்தார்கள்! சிலர் கடற்கரைப்பக்கம் புதிய சேதிகள் அறியப் புறப்பட்டுப் போனார்கள். மாலை 6 மணிக்குள் எல்லாக் காரியங்களையும் முடித்துவிட வேண்டிய அவசரங் களோடு ஊர், தலைகால் புரியாமல் அல்லோலகல்லோலப் பட்டுக்கொண்டிருந்தது!

மாலை 6 மணியானதும், மனிதர்களோடு சேர்ந்து, ஊரின் முழுச் சேதிகளும் வீடுகளிற்குள் வந்து அடங்கிக்கொண்டன! உற்சாகங்களைத் துறந்து, துயரங்களைச் சுமப்பதற்கு வழமை போல ஊர் தயாராகிக்கொண்டிருந்தது! 'பேரமைதி'... ஒரு மயானத்தை வெல்வதாகக் கங்கணம் கட்டிக்கொண்டு ஊரை ஆக்கிரமிக்கத் தொடங்கியிருந்தது!

கடற்கரையில் ஒதுங்கியிருந்த இன்னுமொரு உடலம் கணேசு மாமாவினுடையது என்பதற்காகவும் சேர்ந்து, பகீர் இல்லாத அந்த வீடு பேச்சிழந்து முழுவதுமாய் உறைந்து போய்க் கிடந்தது!

வீதியில் வாகன இரைச்சல்கள் மேலும் அதிகரிக்கத் தொடங்கியிருந்தன!

ஜூன், 2011.

என் மண்ணும் என் வீடும்
என் உறவும் . . .

அது ஒரு ஆடி மாத நடுப்பகுதி . . .

கொளுத்தி எரியும் வெயிலில் யாழ்மண் கருகிக் கொண்டிருந்தது! இராணுவக் கெடுபிடிகள் தாளாமல், வடமராட்சி மண்ணில் சொந்த வீட்டைவிட்டு, யாழ் மண்ணிற்கு இடம் பெயர்ந்து சுய அடையாளங்களை மறைக்க முயன்று கொண்டு இருக்கிற போதும் பிறந்து வளர்ந்த ஊரும், தவழ்ந்து மகிழ்ந்த வீடும் மனத்திற்குள் வந்துவந்து, எங்களை அலைக்கழித்துக்கொண்டே யிருக்கும்!

எனக்குத் திருமணப் பேச்சுக்கள் நடைபெறுகிறது ஒரு புறம்! என் குட்டித் தங்கை குதியன் குத்திக்கொண்டு, வேம்படிச் சிநேகிதிகளுடன் யாழ் நகரம் முழுவதும் சைக்கிளில் ஊர்வலம் சென்று வருவது மறுபுறம். சுற்றிவர முகாமிட்டிருக்கும் இந்திய இராணுவத்திற்கு இவளின் குடும்ப வேதம் எதுவும் இன்னமும் தெரியாது என்ற தைரியம் அவளுக்கு!

வடமராட்சிப் பகுதியில் 'லிபரேசன் ஒப்பரேசன்' என்ற சிங்கள ராணுவ நடவடிக்கை முடிந்து, அடுத்த அத்தியாயமான இந்திய இராணுவ அமைதிக்காப்பும், அக்கிரமங்களும், அரசியல் நாடகங்களும் நடந்தேறிக் கொண்டிருக்கிற காலம்! ஊரில் – வீட்டில் தனியே இருக்கிற அப்பாச்சியும் அவ்வப்போது அங்கே வந்து போகிற தம்பியும் அடிக்கடி எங்கள் நினைவுக்கு வருவார்கள்.

    நிலவுக்குத் தெரியும்

நானும் குட்டித் தங்கையும் யாழ்நகரிலிருந்து வடமராட்சியி லிருக்கும் எமது வீட்டை நோக்கிப் புறப்பட்டோம். ஒரு மணி நேர 'பஸ்' பயணம் – அப்போது இராணுவச் சோதனை களால் இரண்டரை மணி நேரப் 'பஸ்' பயணமாக இருக்கும்! 'பஸ்'சுக்குள் இருப்பவர்களை அவர்கள் சோதனை செய்யும் போதெல்லாம், ஒரு குறிப்பிட்ட நபரைத் தெரியுமா என்று கேட்டுக் கேட்டு வதைப்பார்கள். அந்த நபர் வேறு யாரு மல்ல – அது என் அருமைத் தம்பியாக இருக்கும், அன்பும் பாசமும் மானுட நேயமும் மிக்க என் தம்பியாக இருக்கும், வீரமும் விழுப்புண்களும் சுமந்த, விடுதலை வேட்கை மிக்க என் தம்பியாக இருக்கும்!

மனசிற்குள் அழுகை பொங்கும் ... கண்கள் விழித்தபடி மிரண்டு கொண்டேயிருக்கப் பயணம் தொடரும்! எந்த நிமிடமும், நானும் என் தங்கையும் 'பஸ்'ஸிலிருந்து இறக்கப்பட லாம். இறக்கிய பின் காரணங்கள் கூறப்படாமலே சுட்டுத் தள்ளப்படலாம் – அல்லது சுக்கு நூறாய்ச் சிதைக்கப்படலாம்! அதே பயம் விழி முழுவதும் படர்ந்து இதயம் துடித்துக் கொண்டு கிடக்கும்!

ஒரு பாவமும் செய்தறியாதவர்களுக்கு இந்தப் பயம் எதற்கு என்று மட்டும் யாரும் வினா எழுப்பி விடாதீர்கள். அதுதான் அப்போது அங்கு விதிக்கப்பட்டிருந்த விதி!

ஒரு தடவை வீட்டு மண்ணை மிதித்து, மரங்களுக்கு நீரூற்றி, அப்பாச்சியுடன் ஆசை தீரக் கதைத்து, தம்பியைத் தேடிக் கண்டுபிடித்து உச்சிமுகர்ந்து, ஒரு நேர உணவாவது உண்ண அழைத்து, ஒரு இரவு – ஒரேயொரு இரவாவது உறங்கி எழுந்தால் மீண்டும் யாழ்ப்பாணம் போய் விடலாம். இதுதான் என் ஆசை!

ஆசையாசையாக ஊர் மண்ணை மிதித்தோம்.

மாலை நேரம்! இருள் சூழ ஆரம்பிக்கும் அடுக்கெடுப்பு! வீடெல்லாம் சோபையிழந்து, வேலிகளும் தள்ளாடியபடி, மல்லிகைப் பந்தலோ விட்டுவிட்டுப் போன சோகத்தில் வாடி வதங்கிப் போய்க் கிடக்கிறது! செவ்வரத்தம் பூக்களெல் லாம் களைத்துச் சோர்ந்து நிலம் நோக்கி முகம் சாய்த்து நிற்கிறது! முருங்கைக் காய்கள் முற்றி வெடித்து, மரங்களிலேயே காய்ந்தபடி தொங்கிக் கிடந்தன! எப்பொழுதோ விழுந்து சிதறிப் போன பிச்சிப்பூக்களும் வேப்பம் பூக்களும் காய்ந்து சுருண்டு, சருகுத் திரளாக முற்றத்தில் ஒதுங்கிக் கிடந்தன. முற்றிப் பழுத்த நெல்லிக்காய்கள், நைந்து போனதொரு வாசனையை வீசியபடி முற்றமெங்கும் சிதறிக் கிடந்தன.

பென்னம்பெரிய வீட்டில், ஒரு சின்னஞ் சிறு மூலைக்குள் உட்கார்ந்திருந்தபடி அப்பாச்சி பத்திரிகை படித்துக்கொண் டிருந்தா. எங்களைக் கண்டதும் மறந்துபோன ஒன்றை முகத்தில் வரவழைத்துக்கொள்ள முயல்வது போல் கண்கள் மலர எழுந்தா.

அப்புறம் என்ன? ஆயிரம் கதைகள் சொன்னா. ஒரு மாதக் காலமாய் ஊருக்குள் நிகழ்ந்துவிட்ட சுக துக்கச் சேதியெல்லாம் சொன்னா.

நான் பூட்டியிருந்த ஜன்னல்களைத் திறந்து விட்டேன். சாமியறையில் சுவர் மூலையில் சிவன் அதே நிஷ்டையில் இப்பவும்! பிள்ளையாரும் முருகனும் தூசி படிந்த சால்வை யில் அதே புன்னகையோடு இன்னமும்! சாமியறையைக் கூட்டிப் பெருக்கினேன். அப்பாச்சி கொண்டு வந்து தந்த இரண்டு வாளித் தண்ணீரையும் அடித்து ஊற்றி சிமெண்ட் தரையைச் சுத்தமாக்கி விட்டு, பால்சாம்பிராணியையப் போட்டதும் குளிர்மை கலந்த புகைமணம் வீடெங்கும் கமழத் தொடங்கியது.

கிணற்றடிக்குப் போனேன். கிணற்றை எட்டிப் பார்க்க ஆசையாக இருந்தது. ஒருவர் மாறி ஒருவராய்க் கலக்கியடித்துக் கொண்டிருப்பதில் அடிக்கடி வற்றுவதும் ஊற்றெடுப்பதுமாய்ச் சுறுசுறுப்புடன் இயங்கிக்கொண்டிருக்கும் கிணறு, இப்போ பழுத்த தென்னம்பூக்களைப் போர்வையாக்கி, ஏராளம் சோகங்களை உள்ளே புதைத்தபடி, அசைவற்று, மௌனித்துக் கிடக்கிறது! கிணற்றுக் கட்டில் காகங்கள் மட்டுமே கரைந்து விட்டுப்போன அடையாளங்கள்! கட்டின் ஓரமாய் அம்மா கவிழ்த்து வைத்திருந்த மண்சட்டிகள் தூசி படிந்தபடி இப்பவும் அப்படியே!

அதற்கு மேல் என்ன? ஆடைகளைக் களைந்துவிட்டு, ஆழக்கிணற்றில் அள்ளியள்ளிக் குளித்தேன். இனம்புரியாத சந்தோஷத்தில் பாட்டுப்பாடிக் களித்தேன். மறுநாள் காலை என் தம்பி வரப்போகிறான் என்ற பரவசம்!

தங்கை அங்குமிங்குமாய்த் தாவித்திரிந்து கொண்டிருந் தாள். வேகம் வேகமாய் உருளும் கிணற்றுக் கப்பியின் ஓசை, அக்கம் பக்கத்தவரை உசார் நிலைக்குக்கொண்டு வந்திருக்கக் கூடும். ஒருவர் மாறி ஒருவராய் வந்து, குசலம் கேட்டுப் போனார்கள்.

அப்பாச்சி ஊற வைத்திருந்த உழுந்தை, நான் கழுவி அரைத்தேன். இரவு நித்திரை வரவில்லை. இரவின் நிசப்தம் ஒரு வெறுமையையும் தவிப்பையும் உடலினுள் பரப்புவது போலிருந்தது! மறுநாள் தம்பியைக் கண்டு, சுகம் கேட்கும்

வரை, அசம்பாவிதம் எதுவும் நடந்து விடக்கூடாதென்ற பிரார்த்தனையில் மனம் தானாகவே மூழ்கிக்கொண்டது.

ஒரு விதமாய்ப் பொழுது புலர்ந்தது. ஆயினும் குருவிகள் இன்னும் கூவவில்லை. மைனாக்கள் இன்னும் சிறகடிக்கவு மில்லை. வண்ணத்துப் பூச்சிகள் கூட எங்கோ தொலைந்து போயிருந்தன.

பிள்ளையார் கோவில் மணி முன்பு போல் நேரத்திற்கு நேரம் அடிக்குமோ தெரியவில்லை. ஒற்றைச் சேவல் மட்டும் எங்கிருந்தோ கூவுவது கேட்டது. அதன் பின்னணியில் இணைந்தபடி விநோதமான ஓசைகள்!

உற்று உற்றுப் புலன்களை அலையவிட்டுக்கொண்டிருந் தேன். சமுத்திரத்தின் ஓசையா? சப்பாத்துகளின் ஓசையா? சரியாகப் புரியவில்லை. பின்பு சிறிது நேர அமைதி. விடிந்து விட்ட பின்பும் வீதியொலி எதுவும் காலை நேரத்தை உறுதிப்படுத்தத் தொடங்குவதாயில்லை!

இப்போது மிகத் தெளிவாகக் கேட்டது – துப்பாக்கி வேட்டொலிகள்!

மனப்பதைப்போடு எழுந்து உட்கார்ந்தேன். சில நிமிடங் கள் தான் – எல்லாம் சாதாரணமாகி விட்டதுபோல இயற்கை ஒலிகள் இசைக்கத் தொடங்கின! கோவில் மணி ஒலித்தது! குருவிகள் கூவின! காகங்கள் கரையத் தொடங்கின! மனிதர் களின் காலரவங்கள்; முணுமுணுப்புகள்; கிசுகிசுப்புகள் ..! ஆயினும் சொல்ல விரும்பாத பல சேதிகளைச் சொல்லாமலே, ஒரு புன்னகையோடு கடந்து போவதாக அவர்களது கண்கள் மிதந்து சென்றன!

சமையலறையோடு ஒட்டியபடியிருக்கும் சிறிய 'சிமெண்ட' தரையில் கழுவிக் காயவைத்த அம்மி கிடந்தது. நான் தோசைக்குச் சம்பல் அரைக்கத் தொடங்கினேன். தம்பிக்குத் தோசையென்றால் ஆசையல்லவா? அதுவும் பச்சைச் சம்பல் இஞ்சி போட்டு அரைத்தால்... உறிஞ்சியுறிஞ்சி... பொச்சடித்துச் சாப்பிடுவான். கத்தரிக்காயகளைக் குறுணி குறுணியாக நறுக்கி, சின்ன வெங்காயம், கடுகு கறிவேப்பிலை போட்டு ஒரு பிரட்டல் கறியும் வைக்க வேண்டும். ஏதேதோ ஏகாந்தத்தில் மூழ்கியபடி, அம்மிக்குழவியை இழுத்து இழுத்துச் சம்பலை அரைத்துக்கொண்டேயிருக்கிறேன்.

திடீரென ஊரொலிகள் அடங்கிவிட்ட பெரு நிசப்தம்! நாய்கள் மட்டும் தூரத்தில் எங்கோ அசாதாரணமாய்க் குரைத்தபடி! ஏகாந்தம் ஏனோ திடுமென்று சிதைந்து போனது!

முற்றத்து மாதுளை மரத்தில் தாவிய அணிலொன்று படீரென்று நிலத்தில் விழுந்து அடிபட்ட வேகத்தில் மீண்டும் தாவி ஓடி மறைந்தது. நான் அணில் எங்குப் போயிருக்கும் என்று எட்டிப் பார்ப்பதும், சம்பலை அரைப்பதுமாக இருந்தேன். மனம் ஒரு நிலையற்று அம்மியோடு சேர்ந்து அவதிப்படுவதா யிருந்தது! மீண்டும் அந்த அணில் மாதுளையின் குறுக்காக ஓடியது. திரும்பிப் பார்த்தேன். திபு திபுவென்று அடுக்கடுக்காய் நகரும் வாகன இரைச்சல்கள்! கூடவே கடலை நெய்யின் கமறல் மணம்! வீட்டிற்குள் சிமெண்ட் தரைகளில் 'பூட்ஸ்' ஒலிகள்!

எனக்கு எல்லாமே விளங்கி விட்டது. பேசாமல் சம்பலை அரைத்துக் கொண்டேயிருப்பதா? அல்லது நிறுத்தி விட்டு எழும்புவதா? தீர்மானிப்பதற்கு ஒரு நொடியாவது கிடைத் திருக்குமோ என்னவோ?

வீடு முழுவதும் பச்சைப்புழுக்களென இராணுவம்! தோசைப்பானை 'டமார்' என்ற பேரோசையுடன் எகிறி விழுந்தது! பொங்கி வழியத் தயாராயிருந்த தோசை மாக்கூழ் சிதறி ... மரத்தூண்களிலும் விறாந்தா ஓரங்களிலும் வழியத் தொடங்கின! அம்மிக் குழவி உருண்டு சென்று, தரையில் தொப்பீரென்று விழுந்து நீளமாய் உருண்டது! – தரை உடைந் திருக்கலாம்! ம் ... சிறிது உடைந்துதான் விட்டது!

எனது கூந்தலைப் பற்றியிழுத்த மிருகத்தின் கைகள் மிகவும் கரடுமுரடாக இருந்தன! எண்ணெய் வழியும் முகங்கள் கண்களுக்குக் கிட்டவாக வந்து நின்றன! 'பெரிய பெரிய' மீசைகளுடன் பற்களை 'நெரித்து நெரித்து' உதடுகளை அசைக் கிறார்கள். காதுகள் அடைபட்டதான அதிர்ச்சி! பாஷைகள் எதுவுமே புரியவில்லை. கிந்தியா, உருதா, பஞ்சாப்பா ... கூர்க்காவின் அதட்டலா ... ஒன்றுமே விளங்கவில்லை!

ஒரு விழி அசைப்பிற்குள், ஜன்னல் கண்ணாடிகள், பீங்கான் கோப்பைகள், மேசைகள், கதிரைகள் யாவும் மளமளவென்று நொறுங்கும் ஓசைகள்! வேகமாக வீசப்பட்ட தென்னம் மட்டை ஒன்று என் கீழ் உதட்டைப் பிய்த்துக்கொண்டு போய் சுவரில் மோதி விழுந்தது! நான் துடித்துப் போய் உதட்டை விரல் களால் பொத்தியபடி நின்றிருந்தேன். என் மார்புச் சட்டை யில் இரத்தம் சிந்தியது! என் இடது பாதத்தை நோக்கி ஒரு பூட்ஸ் நகர்ந்து வந்தது. அதன் அடிப்பாகம் என் விரல்களை மிதித்து நசித்தபடி விஷமத்தனத்தோடு நின்றிருந்தது! நான் வலியின் வேதனை தாங்காது "அம்மா ..." என்று அலறியதைக் குரூரமாக ரசித்தவாறே 'பூட்ஸ்' மெல்ல இடம்மாறியது.

அதற்குள் மலையென உயர்ந்து நின்ற ஒரு மனித மிருகம் எதையோ என்னிடம் வினவியபடியே இருந்தது. நான் 'மிரள மிரள' விழித்தபடி நின்றிருந்தேன். அவனின் விழிகளிற்குள் தீயென எதுவோ பற்றியெழத் தொடங்குவதாய்ச் சுவாலை அசைந்தது – வெப்பம் என் மேல் வீசியடிக்கத் தொடங்கியது! கைவிரல்களை இறுக மடித்தபடி நின்றிருந்தேன். உதட்டுப் புண்கள் தணலாய் எரிந்துகொண்டிருக்க, எனக்குத் தெரிந் திருந்த அரைகுறை ஆங்கிலமும் அந்நேரம் அண்ணாக்கில் ஒட்டிப் போனது! விலங்குக் கைகள் என் இடையை வளைத்து இழுத்துக்கொண்டன! அவனின் மார்புச் சட்டையில் தொங்கிக் கொண்டிருந்த உலோகப் பட்டயங்கள், தகடுகள்... என் முகமெங்கும் பிறாண்டின..! இடுப்பில் தொங்கிய துப்பாக்கி யின் ஏதொவொரு முனை என் மார்பில் சிராய்த்தது! என் முழுச்சக்தியையும் பிரயோகித்து, அவனுக்கும் எனக்கும் இடையில், ஒரு இடைவெளியை உண்டாக்க நான் கடின மாய்ப் பிரயத்தனப்பட்டுக்கொண்டிருந்தேன்.

அதற்குள் இன்னுமொரு மிருகம் அசிங்கமாய் இளித்த படி, என் தம்பியின் பெயரை மந்திர உச்சாடனம் செய்து கொண்டு, உலகிலேயே மிக அசிங்கமான ஸ்பரிசம் எப்படியோ, அப்படி என்னைப் ஸ்பரிசித்தது!

அப்பாச்சியின் கண்களில் தாரை தாரையாகக் கண்ணீர். கைகளைக் கூப்பியபடி நின்றிருந்தா. அத்தனை இம்சைகளின் மத்தியிலும் என் கண்கள், அழகு மிக்க என் தங்கையைத் தேடின. அவள் மல்லிகைப் பந்தலின் கீழ் மண்டியிட்டு மன்றாடிக்கொண்டிருக்கிறாள்! ஆறேழு மிருகங்கள் அவளைச் சுற்றி இளித்தபடி நிற்கின்றன! அவர்களின் நீண்ட கால்களிற் கிடையாக, அவளது நீலநிறச் சட்டையின் ஓரங்கள் தெரிந்தன. என்னை மீறிய திமிறலுடன் "அம்மா..." என்று அலறிய ஓசை அந்த ஊர் முழுவதும் கேட்டிருக்கலாம்!

யாரோ ஒரு பெரியவன் திடுமென்று முன்னால் வந்து நின்றான். அத்தனை பட்டாளங்களையும் மேய்ப்பவனாக இருக்க வேண்டும். சட்டையில் நிறையப் பட்டிகள் தொங்கின. என் அலறலின் வேகத்தில் வந்திருக்க வேண்டுமென்று தோன்றியது. மிருகங்கள் அவனுக்கு 'சல்யூட்' அடித்தன. சில நிமிட ஸ்தம்பிதத்தைப் பயன்படுத்தி என் தங்கை என்னருகில் ஓடிவந்து நின்றுகொண்டாள். வந்தவன் இருவரதும் சிதைந்த கோலங்களை மாறி மாறிப் பார்த்தான். பட்டாளத்தை ஒரு தடவை முறைப்போடு சுற்றிப் பார்த்தான். ஏதேதோ பாஷையில் மளமளவென்று ஏதேதோ பேசினான். கட்டளை களிட்டான். எல்லோரும் மிருக மூச்சுக்களை அடக்கிக்கொண்டு அப்படி அப்படியே வெளியேறிக்கொண்டிருந்தார்கள்!

அவன் என்னைக் கூர்ந்து பார்த்தான். தெளிவான ஆங்கிலத்தில் பேசத்தொடங்கினான்.

"உன் தம்பி நல்லவன் – நாங்கள் அறிவோம். அவன் ஒரு திறமைசாலி – அதுவும் நாங்கள் அறிவோம். அவன் மிகவும் துணிச்சலான வீரன் – அதுவும் எமக்குத் தெரியும். ஆனால் மிகவும் இளைஞன். தெளிவற்ற மனிதர்களுடன் சகவாசம் வைத்திருக்கிறான். அவனை ஒரு தடவை எம்மை வந்து சந்திக்கும்படி யாரிடமாவது தகவல் அனுப்பி விடு. நாங்கள் அவனை அதி சிறப்புக்குரிய வி.ஐ.பி நண்பனாக வரவேற்கக் காத்திருக்கிறோம். அதுவரை நீங்களிருவரும் எம்மோடு எமது முகாமில் வந்திருங்கள், பாதுகாப்பாக இருக்கலாம்" என்று மிகவும் தன்னடக்கத்துடனும் ஒரு பிக்குவின் தோரணையிலும் கூறினான்.

நிலைமையின் திடீர் மாற்றம், எதற்கான அடியெடுப்பு கள் என்பது மட்டும் எனக்கிப்போ தெளிவாகப் புரியத் தொடங்கியது. அவன் இதமாகப் புன்னகைத்தான். அது ஒரு விஷக்கிருமியின் வேடிக்கையான நகைச்சுவைபோல இருந்தது!

அவன் தன்னருகில் நின்றிருந்த இரண்டு படையினருக்கும் ஏதேதோ கட்டளைகள் பிறப்பித்த பின், தன் பிரத்தியேக வாகனத்தில் போய் ஏறுவது தெரிந்தது.

"ம்... நடவுங்கம்மா..."

அந்தக் குரலைக் கேட்டதும் திடுக்குற்றவளாகத் திரும்பிப் பார்த்தேன். இந்திய இராணுவத்தில் ஒரு தமிழ்க் குரல் கேட்டதும் ஆச்சரியமாகவும் சற்றுத் தெம்பாகவும் இருந்தது.

"எங்களோட வந்து Vehicleஇல் ஏறுங்கம்மா..." அவனின் தமிழ் வார்த்தைகளைக் கேட்டதும், உலகத்து மகாசக்தி யெல்லாம் எம்மோடு சேர்ந்து விட்டது போன்ற மகிழ்ச்சிக் கனவொன்று அவசரமாய் முகிழ்த்தது. நடுக்கத்துடன் அவனின் கைகளைப் பற்றினேன்.

"எங்களை விட்டிடுங்கோ... நாங்கள் இங்கையிருந்து எங்காவது போயிடுறம் எங்களைக் campக்குக் கொண்டு போகாதேங்கோ. please..." என்று கெஞ்சினேன். அவன் தனக்கிடப்பட்ட கட்டளையை நிறைவேற்றுவதா அல்லது எம் கண்ணீருக்கு விடை சொல்வதா என ஒரு கணம் யோசித்திருக்க வேண்டும். அதற்குள் மற்றவன் ஏதேதோ அதட்டலுடன் உரத்துக் கத்தினான். இவன் அவசரமாக என் கைகளை விடுவித்து, மெல்லிய குரலில் –

"நீங்க... இங்கிருந்தா மேலும் கஷ்டப்படுவீங்க. ஏன்னா... நமக்கப்புறம் மேலும் வேற படையினர் வாறாங்க. அவங்க

உங்களை 'சூட்' பண்ணினாலும் பண்ணிடுவாங்க. அவங்க ரொம்ப பொல்லாதவங்கம்மா. இதைவிட நம்மளோட camp-க்கு வந்திற்றது safety. வந்திடுங்கம்மா ..." என்றான்.

இது உண்மையா அல்லது வேஷமா என்ற சிந்தனைத் தவிப்போடு நான் செய்வதறியாது நின்றிருந்தேன். பின்னர் வீட்டின் முன்னால் அடுக்கடுக்காக நிறுத்தப்பட்டிருந்த ராணுவ வண்டிகளில், முதன்மையாய் நின்றிருந்த நீளமான வண்டியில் ஏற்றப்பட்டோம். கால்களில் ஏற்பட்டிருந்த சிராய்ப்புகளால் அங்கங்கு வலி! உதட்டுக் காயம் சரியாகப் பேச முடியாமல் சொற்களை நசித்துச் சிதைத்துக்கொண்டேயிருந்தது!

வண்டியினுள் ஏறியதும் திடுக்குற்று மிரண்டு போனேன். தாறுமாறாய் அள்ளி வீசப்பட்டிருக்கும் எங்களூர் இளைஞர் கள்! மண்டை உடைந்த நிலையிலும் கை கால்கள் கிழிந்து குருதி சிந்தியபடியும் எங்களைப் பரிதாபமாக விழித்துப் பார்த்தார்கள். அவர்களின் தீனமான முனகல்கள் ஒன்றை யொன்று முட்டி மோதிக் காற்றில் கரைந்து போய்க்கொண் டிருந்தன.

நெஞ்சிற்குள் ஒரு பெரிய கல் உட்கார்ந்திருந்தது. கண்ணீரை வரவிடாமல் தடுக்கும் ஏதோ ஒன்று மனத்திற்குள் உருண்டு பிசைந்தபடி! தங்கை அசைவுகளேதுமற்று விறைத்த படி என்னருகில்!

இராணுவ வண்டிகள் தொடராக, ஒரு ஊர்வலம்போல வீதியில் நகர்ந்துகொண்டிருந்தன. மயான அமைதியின் மத்தியில் இராணுவ வாகனங்களின் இரைச்சல் மட்டும் ஒரு பேரழிவுக்குக் கட்டியம் கூறுவதுபோல! நமக்குத் தெரிந்த பாதைகளே ஆளரவம் ஏதுமற்ற காட்டுப் பாதைகள் போல வளைந்து நெளிந்து பயமுறுத்தின! இந்த நகரம் இத்தனை தெளிவாக, மிகக் கவனமாக, சரியான நேரத்தில் ஓசைகளைத் தையும் துறந்து, இப்படி ஊமையாகிப் போவதில் எவ்வளவு பரிச்சயமாகியிருக்கிறது என்ற ஆச்சரியம் என்னுள் தானாய் எழுந்தது!

வண்டிகள், ஒராங்கட்டை, கிராமக்கோடு, சாரையடி ... கடந்து பாரிய திட்டமிடலுடன் விஸ்தரிக்கப்பட்டிருந்த மிகப் பிரமாண்டமான மந்திகை இராணுவ முகாமருகில் போய் நின்றுகொண்டன.

எல்லோரும் இறக்கப்பட்டோம். முகாமினுள் கொண்டு செல்லப்பட்டோம். கிழிந்த ஆடைகளோடும் மரணக்களை உறைந்து இறுகிப்போன முகங்களோடும் சில இளம்பெண் களும் ஆண்களும் ஏற்கெனவே அங்கு வரிசையாக நிறுத்தப்

பட்டிருந்தார்கள். அவர்களின் இம்சிக்கப்பட்ட உணர்வுகளும் கண்ணீர் வற்றிய, வெறித்த பார்வைகளும் தூரத்திலிருந்து நடந்து வரும்போதே எனக்குத் தெளிவாகத் தெரிந்தன. நாமும் அவர்களோடு அதே வரிசையில் நீளமாக நிறுத்தப்பட்டோம். எல்லோர் கண்களும் இறுதிக் கணங்களைப் பரிமாறுவது போல ஒருவர் மேல் ஒருவராய் மோதிச் சென்றன. அனைவரும் சுட்டுத் தள்ளப்படுவதற்கான ஆயத்தங்களோடு துப்பாக்கி முனைகளில்! நிலைமையின் பயங்கரம் எல்லோரையும் தன்னுள் இழுத்து வைத்துக்கொண்டிருந்தது!

முகாமின் வடக்குச் சுவரோடு ஒட்டியபடி இருக்கும் இடம் பெயர்ந்த, வங்கிக் கட்டிடத்தின் ஜன்னலினூடாகச் சில மருண்ட முகங்கள் இடையிடையே தெரிந்தன. வங்கி உத்தியோகத்தர்களுக்கு இது ஒரு வழமையான துப்பறியும் தொடர் நாடகம் போல இருக்குமோ என்னவோ!

முகாமின் அலுவலகப் பகுதிகளிலிருந்து புதிய புதிய கொமாண்டோக்கள் வந்து தம்மை அறிமுகப்படுத்தி எம்மை விசாரித்தார்கள். எல்லா விபரங்களும் விளக்கங்களும் விசாரணைகளும் பதிவாகிக் கொண்டிருந்தன.

'தூரதர்ஷன்', 'நேசக்கரம்' என்பவற்றின் செய்திப் பிரிவிற் குரிய ஒளிப்பதிவுகள் – ஒளிப்பதிவுகள் எம்மை நோக்கி நடைபெற்றுக்கொண்டிருந்தன. செய்திப் பிரிவிற்கு அனுப்பும் அளவிற்கு நாம் எந்தளவு முக்கியத்துவம் பெற்றவர்கள் என்ப தெல்லாம் என்னுள் பெரும் கேள்விக் குறிகளாகி இருந்தன.

○

இலங்கையின் வடபகுதியில் இருக்கும் அத்தனை இராணுவ முகாம்களுக்கும் தலைமைப்பீடமாக அமைந்திருக் கும் 'காங்கேசன்துறை' (கே.கே.எஸ்) இராணுவமுகாமிற்கு நானும் என் தங்கையும் அனுப்பப்படவுள்ளதாக ஒரு கொமாண்டோ சுட்டுவிரலை நீட்டிச் சொல்லிவிட்டுப் போனான்.

தங்கை துடித்துப் போனவளாய், மிரட்சியுடன் என்னைப் பார்த்தாள். எம்மைச் சுற்றி நின்றவர்களும் வரிசையில் நின்றவர்களும் பயத்துடனும் பரிதாபத்துடனும் வார்த்தைகளை வெளியிட முடியா அவஸ்தையோடு எம்மைப் பார்த்தபடி நின்றிருந்தார்கள்.

வாழ்வின் எல்லைகளிற்கு நாம், காரணம் தெரியாமலே தள்ளிச் செல்லப்பட்டுக்கொண்டிருக்கிறோம் என்பது மட்டும் தெளிவாகியிருந்தது. மனத்திற்குள் அவசரமான சிந்தனைகள் எல்லாம் முளைக்கத் தொடங்கின. ஊர்ப்புதினங்களோடு

திரும்பி வருவோம் என எமக்காகக் காத்திருக்கும் அம்மாவை மீண்டும் ஒரு தடவை பார்க்க முடியாமலே போய்விடலாம்! ஆசையுடன் எமைத் தேடிவரும் தம்பியுடன் பேச முடியாமலே போய்விடலாம்! எனக்கு மனம் மெல்ல மெல்லத் தேம்பத் தொடங்கியது! வெயிலில் காய்ந்த தலைமுடியை மேலும் சீரழித்துக்கொண்டிருக்கும் புழுதிக் காற்று, கண்களில் பொங்கி வழிந்த சில கண்ணீர்த்துளிகளையும் அள்ளிச் சென்றது!

தங்கை திடீரென்று பின்னால் திரும்பிப் பார்த்துத் திணறிக்கொண்டிருந்தாள். சின்னத்தான் மூக்குடைபட்டு இரத்தம் சிந்த, பின்னால் கைகள் கட்டப்பட்டு விலங்கு பூட்டப்பட்டிருந்தார். பலநோக்குக் கூட்டுறவுச் சங்கத்தில் கடமையாற்றிக்கொண்டிருந்த இவருக்கும் காரணமில்லாத ஒரு விலங்கா? எல்லோரும் அவரையே சில கணங்கள் பார்த்தபடி நின்றார்கள்.

நானும் தங்கையும் அந்த வரிசையிலிருந்து தனியாகப் பிரித்தெடுக்கப்பட்டு வேறு ஒரு பகுதிக்கு அழைத்துச் செல்லப் பட்டோம். தம்பியின் வாழ்க்கை வரலாறு விசாரிக்கப்படு கிறது. அந்த விசாரணைக்குப் பதில் சொல்வதில் மனம் ஒரு இனம்புரியாத சந்தோஷத்தை அனுபவிக்கத் தொடங்கியது. நிறையச் சொன்னோம். எம்மோடு உண்டு, உறங்கி, விளையாடிக் களித்த காலங்களைப் பற்றியெல்லாம் சொன்னோம். எமது ஞாபகங்களில் பதிந்து போன அந்த இனிமையான காலங்களை விட, வேறு எவற்றை எம்மால் இவர்களுக்குச் சொல்லிவிட முடியும்?

"இன்னும் சில மணி நேரங்களுக்குள் உங்கள் சகோதரன் எம்மிடம் வந்து சரணடையாவிட்டால் ... அள்ளிப் பொறுக்க முடியாதபடி உங்கள் இருவரையும் சுட்டுத்தள்ளிவிடப் போகிறோம்."

தடித்த மீசையுடன் நின்றிருந்த ஒரு படைவீரன், உயரதிகாரி சொல்வதைத் தெளிவாகத் திரும்பவும் கூறி அடிக்கடி பயமுறுத்தல்கள் நிறைந்த அறிவித்தல்களைத் தந்து கொண்டேயிருந்தான்.

ஒரு பத்து மணிநேரப் பொழுது ... விசாரணை என்ற பெயரில் கடந்து போனது. பொழுது மெல்ல இருட்டிக் கொண்டு வரத்தொடங்கியிருந்தது. முகாமினுள் ஜெனரேற்ற ரின் ஓசையோடு மின்சாரம் ஆங்காங்கே வேலை செய்யத் தொடங்கியிருந்தது. வெளியில் நகரம் மேலும் அடங்கி ஒடுங்கி அமைதியாகிப் போயிருந்தது. அலுவலகங்கள் யாவும் இப்போ மூடப்பட்டிருக்கும். இடையிடையே கேட்டுக்கொண்டிருந்த

பயணிகள் போக்குவரத்து ஒலிகளும் இப்போ கேட்பதாக இல்லை. பசியும் தாகமும் பயமும் அவநம்பிக்கையும் கலந்த ஒரு பேதலிப்பில் வாழ்வின் இறுதிக் கணங்களும் வழி தெரியா இருளும் எம்மை வேகமாக ஆக்கிரமித்துக்கொண்டிருந்தன!

காங்கேசன்துறை முகாமிற்குப் புறப்படும் வண்டிகள் startஇல் விடப்பட்டன. படைவீரரின் மூட்டை முடிச்சுக்கள், பொட்டலங்கள் முதலில் ஏற்றப்பட்டன. இறுதியாக எம்மை வரும்படி ஒருவன் கையசைத்தான்! நானும் தங்கையும் ஒருவரையொருவர் திரும்பிப் பார்த்தோம். மரணத்தின் கடைசிக் கணங்களைச் சுமந்து நிற்கும் கடைசிப் பார்வை அது! இந்த வடமராட்சி மண்ணில் கால்பதித்துப் போகும் என் கடைசிநாள் இதுவாகத்தான் இருக்கும் என்ற முடிவான நம்பிக்கையுடன் ஆத்தியடிப் பிள்ளையாரை ஒரு கணம் நினைந்து, மரணத்தை எதிர்கொள்ளும் தைரியத்தை வரமாகக் கேட்டபடி இரண்டு அடிகள் எடுத்து வைத்தேன்!

திரும்பிய கணத்தில் முகாமெங்கும் ஒரு சலசலப்பு..! புதிய ஜீப் வண்டிகள் பேரிரைச்சலுடன் திபு திபுவென்று வரிசையாக வந்து முகாமினுள் நுழைந்துகொண்டிருந்தன. எங்கிருந்தோ புதிய இராணுவ வீரர்கள் சாரி சாரியாக வந்து குதித்தார்கள். திடுமென்று ஒரு உசார் நிலை, சல்யூட் அடிப்பு ... என்று பல இராணுவச் சம்பிரதாய அமளிகள்!

வாட்டசாட்டமாக, ஐம்பது வயதிற்கும் மேற்பட்ட, ஆளுமை மிக்க ஒரு இராணுவ உயர் அதிகாரி எம் முன்னால் வந்து நின்றார். தலைப்பாகையும் மீசையும் தாடியும் பஞ்சாப்பைச் சேர்ந்தவர் என்று தெளிவாகச் சொல்லியது. எல்லோரையும் அமைதியாக உற்றுப் பார்த்தார். அவரின் பார்வை எம் காயம் பட்ட உதடுகளிலும் கிழிக்கப்பட்ட உடைகளிலும் படர்ந்து மீண்டது.

"உங்களில் யாருக்காவது ஆங்கிலம் புரியுமா..?" என்று கேட்டார். நான் கையை உயர்த்தினேன். அதற்குள் தமிழில் மொழிபெயர்ப்புச் செய்யவென ஒரு இராணுவவீரன் முன்னால் வந்து நின்றான். மொழிபெயர்ப்பு ஆரம்பமானது. தளபதி சொல்வதை அவன் சொல்லிக்கொண்டிருந்தான்.

"நான் இந்த வடமராட்சிப் பகுதிக்கான சிறப்புத் தளபதி. நீங்கள் எல்லாம் எதற்காக இங்கே கொண்டு வரப்பட்டிருக் கிறீர்கள்? நான் அறியலாமா?"

பதிலேதுமற்ற மௌனம் சில விநாடிகளை விழுங்கியிருந் தது. நெக்குருகி, நெளிந்து, வியந்து ... எல்லோரும் அவரைப் பார்த்தார்கள். தலைக்குள் மளமளவென்று பட்டாம் பூச்சி

களும் வெட்டுக்கிளிகளும் தாறுமாறாய்ப் பறக்கத் தொடங்கின. அடுத்த கணமே "ஓ…"வென்று ஒன்றாகக் கதறியழுத் தொடங்கி விட்டார்கள்!

"வேண்டாம்… யாரும் அழாதீர்கள்…" அவர் அவசரமாக வேண்டிக்கொண்டார்.

"நீங்கள் எல்லாம் என் பிள்ளைகள் மாதிரி. உங்கள் வயதில் எனக்குப் பெண்குழந்தைகளெல்லாம் இருக்கிறார்கள். உங்கள் கண்ணீரும் கோலமும் எனக்குத் துயரத்தைத் தருகிறது. உங்களுக்கு என்ன கஷ்டங்கள் நடந்தன? மறைக்காமல் சொல்லுங்கள்"

அந்த அதிகாரியின் கண்களில் அன்பும் கருணையும் பொங்கித் ததும்புவதாய்த் தோன்றியது. அளந்தளந்து அமைதி யாகப் பேசும் வார்த்தைகள் எம்மைத் தொட்டுத் தழுவி அரவணைப்பதாய் இதம் தந்தன. எனக்கருகில் நின்ற பெண் களின் கிழிந்த உடைகளை உற்றுப் பார்த்தார். பின் சில நிமிடங்கள் மௌனமாகத் தரையை நோக்கியபடி நின்றிருந்தார்.

"இவர்கள் உங்களுக்கு என்ன செய்தார்கள்..?"

"அடித்தார்கள்… உதைத்தார்கள்… எங்கட உடுப்புகளைக் கிழித்தார்கள். அசிங்கமாகவெல்லாம் கட்டியணைத்தார்கள்… தங்கள் ஆசைகளைத் தீர்க்க… முயன்றார்கள்…"

அதற்கப்பால் எதையுமே சொல்ல முடியாமல் ஒவ்வொரு வரும் விம்மி உடைந்து பொருமிப் பொருமி அழுதுகொண் டிருந்தார்கள்.

அழுகைகள் முடியும்வரை அவர் பொறுமையாக அப்படியே நின்றிருந்தார்.

"பிள்ளைகள்! ஆம்… நான் உங்களை என் பிள்ளைகள் போலவே நினைத்துப் பார்க்கிறேன். யாரும் அழ வேண்டாம். உங்கள் நிலை எனக்கு மிகுந்த வேதனை தருகிறது. நீங்கள் எந்தத் தவறும் செய்யாத சாதாரணப் பிரஜைகள். இந்த இராணுவத்தினர் உங்களுக்குச் செய்த அநீதிகளிற்காக நான் உங்களிடம் மன்னிப்புக் கேட்கிறேன். இப்போ நீங்கள் எல்லோரும் அமைதியாக உங்களுங்கள் வீடுகளுக்குச் செல்லுங்கள். இனிமேல் இப்படியேதும் நிகழாவண்ணம் நான் பார்த்துக்கொள்கிறேன். மீண்டும் உங்களுக்கு ஏற்பட்ட கஷ்டங்களிற்காக நான் மன்னிப்புக் கேட்கிறேன்."

அவர் இரண்டு கைகளையும் கூப்பி, தலையைச் சரித்துக் கண்களால் மன்னிப்புக் கேட்டுக்கொண்டார்.

நாங்கள் கனவிலும் நினைத்திராத ஒரு மாயப் பொழுது அது!

முகாமை விட்டு வெளியேறினோம். ஒளியிழந்த தெருவில் நீளமாய் நடக்கத் தொடங்கினோம்! புதிய நம்பிக்கைகளை மனம் ஒத்தி வைத்திருந்தது! அந்த இரவைக் கடப்பதற்குப் பெரும் பிரயத்தனங்களையும் திட்டமிடல்களையும் மனம் சிந்திக்க வேண்டியுமிருந்தது! சுற்றியிருந்த அச்சம் விலகாமலே அந்த இரவு கடந்து போனது!

○

1989ஆம் ஆண்டு மே மாதம் 1ஆம் திகதி...

இயந்திரங்களின் ஆதிக்கத்துடன் அதிர்ந்துகொண்டே விடிந்தது ஒரு அதிகாலைப் பொழுது! துப்பாக்கிகளின் ஓசையில் ஊர் திணறியது! யாரும் எதிர்பார்த்திராத ஒரு கனவின் ஈன ஓசை எல்லோர் காதுகளிலும் விழத் தொடங்கி யிருந்தது! யாரும் விரும்பாத ஒரு துயர்மிகுந்த மெல்லிய கானம் காற்றில் மிதந்துகொண்டிருந்தது! ஒரு பிரளயத்தின் பின்னரான பேரமைதிக்கு அணிசேர்ப்பதாய் உயிரற்ற உடல் கள் வீதிவழியாய் இழுத்துச் செல்லப்பட்டுக்கொண்டிருந்தன – கடினமான பூட்ஸின் ஒலிகள் பிணங்களை இழுத்துச் செல்லும் கழுகுகளின் சிறகோசையாய் அமைதிக்கான பேரிசையை மீட்டிக்கொண்டிருந்தன..!

அந்த நாளின் நகர்வு, காலம் காலமாய் மீட்டப்பட்டுக் கொண்டேயிருக்கிறது!

அந்தப்பொழுதின் பின்னரான எந்தப் பொழுதிலும், நான் பிறந்த என் மண்ணை மகிழ்வோடு மிதிக்க எனக்கொரு வரம் கிடைத்ததில்லை! அன்பும் ஆரவாரமும் பொங்கும் எங்கள் வீட்டில், நிறைவாக ஓரிரவு உண்டு உறங்கியெழும் அதிர்ஷ்டம் எனக்கின்னும் அமையவில்லை! என் அருமைத் தம்பியைக் கண்டு கதைத்து மகிழும் ஒரு இன்பப் பொழு தெனக்கு வரவேயில்லை! ஒரு புன்னகை சிந்தவும் உறவுகளைக் கட்டியணைத்து ஆனந்தக் கண்ணீர் சிந்தவும் ஒரு பொற்காலம் கைகூடவில்லை! கனவுகளை நாமின்னும் பகிர்ந்துகொள்ள வில்லை! நிலாவில் நீரிறைத்து நீராடி மகிழவில்லை! பந்தயங்கள் பிடிக்கவில்லை – தோப்படித்துச் சிரிக்கவில்லை! அம்மா குழைத்துத் தரும் சோற்றை அடிபட்டு வாங்கி உண்டு களிக்கவில்லை! ஆளுக்காள் பகிடி விட்டு, விழுந்துவிழுந்து சிரிக்கவில்லை..! இன்னும் பல இல்லை... இல்லையென் றாகி...

குருதியுறைந்த புழுதிமணம் கமழ, யாருமில்லாத மாலைப் பொழுதொன்றில், என் தம்பியவன் தனியாக அங்கு வந்தானாம்! காய்ந்த சருகுகள் நொறுங்க... நெளிந்து போன 'கேற்'றைத் தள்ளித் திறந்து கொண்டு, பூட்டிய வீட்டினைச் சுற்றி வலம் வந்து உள்ளே முற்றத்தில் நின்ற பிச்சி மரத்தில் ஒரு கையை ஊன்றியபடி கன்னம் குழி விழும் புன்னகை யோடு எதிரில் நின்றானாம்! தோளின் மீதிருந்த துப்பாக்கியை நிலத்தில் ஒரு கையால் ஊன்றியபடி, அரும்பு மீசையில் படிந்திருந்த வியர்வைத் துளிகள் மெல்லிய மஞ்சள் வெயிலில் பளபளவென்று மின்ன, புன்னகை மாறாமலே கேட்டானாம்...

"அப்பாச்சி சுகமாய் இருக்கிறீங்களே?"

"ஏதோ இருக்கிறன் மோனை..."

"அம்மா வரேல்லையோ..?"

"இல்லையப்பு..."

"இளையக்கா வந்திருப்பாவே..!!"

"இல்லை ராசா வரேல்லை..."

"தங்கச்சியும் வரேல்லையே..?"

"..."

புன்னகையை மேவி, மனத்தின் வலிமைகளைத் தாண்டி... கண்களினுள் கசிந்திருந்த... அந்தத் துயர்படிந்த ஏக்கம் வார்த்தைகளின் மெல்லிய அசைவுகளில் மெதுவாய்க் கரைந்து, அங்குள்ள சுவர்களிலும் மரங்களிலும் சருகுகளிலும் பட்டுப் பரவி, ஒரு காலத்தை மீட்டும் மெல்லிய இசையென இன்ன மும் கேட்டபடியே இருக்கிறது..!

1996.

(குறிப்பு: வடமராட்சியில் 'லிபரேசன் ஒப்பரேசன்' இராணுவ நடவடிக்கை 1987 மே 26இல் ஆரம்பமானது. 1987 யூன் 29இல் ஜே.ஆர். ராஜீவ் ஒப்பந்தம் கைச்சாத்திடப்பட்ட பின்னர், இந்திய இராணுவம் ஈழ மண்ணில் வந்து நிலை கொண்டது).

(2011இல் *பொங்குதமிழ் இணையச் சஞ்சிகையில்* பிரசுரமானது)

முறியாத பனை!

நீண்ட காலமாய்த் துருப்பிடித்துப் போயிருந்த தண்டவாளங்களில் மீண்டும் புதிதாய்ப் பரபரப்பு! சுறு சுறுப்பு! ஒருநாளில் இரு தடவைகள் கொழும்பிலிருந்து யாழ்ப்பாணம் நோக்கி ஊரும் ரயில் வண்டிகளின் சத்தங்கள்! ஜனங்கள் அவசரம் அவசரமாய்க் கூடிப் பிரியும் குட்டிக் குட்டிக் காட்சிகள்!

சப்தங்கள் யாவும் ஓய்கிறபோது, பழையபடி எல்லாவற்றையும் மீறிக்கொண்டு வரும் கடலை நெய்யின் கமறலும், பூட்ஸ்களின் தோல் மணமும்!

சிலசமயம் வயிற்றைக் குமட்டும்... பலசமயங்களில் அடிவயிற்றுக்குள் அப்பிக்கொண்டுவிடும் அச்சமோ, அருவருப்போ, கோபமோ என்று புரியாத ஒரு நெருடல் பந்தாக உருண்டுகொண்டே கிடக்கும்!

சூரியன் அஸ்தமிக்கும் பொழுதுகளில், ஓரமாய் நிறுத்தி வைக்கப்பட்டிருக்கும், பொதிகளற்ற வெற்று 'ரயில்' பெட்டிகளினுள்ளேயிருந்து "ஐயோ... அம்மா..! என்ற மரண ஓலம் எதிரொலியாய் விட்டுவிட்டுக் கேட்கும்!

சில நிமிடங்களிற்கு எங்களின் தொண்டைக்குழிகள் அடைத்துப் போகும்! வீடு அசாதாரண அமைதியில் மூழ்கிக் கிடக்கும்!

ஆனால் நாம் பயப்படவே தேவையில்லை! அப்படித்தான் அறிவு சொல்லியது. எத்தனை நம்பிக்கை, அவர்களுக்கு எங்கள் மேலிருந்தது. ரெயில்வே ஸ்ரேச னின் பெரிய பெரிய கட்டடப்பகுதிகளை இணைத்து,

   நிலவுக்குத் தெரியும்

பிரதான முகாமாக்கியிருந்த அந்த இந்திய 'சிங்'குகளுக்கு நிலையத்தின் தலைமை அதிபரான அப்பாவில் மட்டும் நிறைய மரியாதை!

தண்டவாளங்களோடு ஒட்டியிருந்த எங்கள் ரெயில்வே குவாட்டர்ஸ் மிகவும் அழகானது; வசதியானது! ஸ்ரான்லி வீதிப் பக்கமாயிருந்த, வீட்டின் முன்புறத்தில், முல்லையும் அடுக்கு மல்லிகையும் பந்தலிட்டு நின்றன. மணல் பரவிய நீண்ட முற்றம். இருபுறமும் பச்சைப் புற்கள். வேலி முழுவதும் பின்னிப்படர்ந்திருக்கும் பூங்கொடிகள்; அவை பெரியபெரிய இலைகளைப் பரப்பி, வேலிக்கு மிகவும் பாதுகாப்பாய் இருந்தன. அவை 'ரெயில்வே குவாட்டர்ஸ்'க்கே உரியவை போல, தனித்துவமாயிருக்கும்! றோஜா நிறத்தில் கொத்துக் கொத்தாய்ப் பூத்துக் குலுங்கும்! ஆனால் வாசனையற்றவை! அவை சிங்களப் பகுதியிலிருந்து கொண்டு வரப்பட்டதால் 'சிங்களக் கொடி' என்று பெயர் சூட்டியிருந்தோம்.

வீட்டின் இடது புறமிருந்த நீளமான பெரிய வளவில், நெடுநெடுவென்று வளர்ந்திருந்த பத்துப் பன்னிரண்டு பனை மரங்களும், ஓரமாய் இரண்டு முருங்கை மரங்களும்! முருங்கை கள் ஏராளமாய்க் காய்க்கும்! வீட்டின் வலது பக்கமிருந்த சிறிய வளவிலும், பின் வளவிலும் இரதை வாழைகள், தென்னைகள், தூதுவளை, துளசி, பயற்றங்கொடி, கரும்பு என்று பசுமையில் நிலம செழித்துக் கிடந்தது!

இவற்றிற்கு நீர் பாய்ச்சுவதற்காய், நான் நீண்டநேரம் நீராடுவது வேறு விடயம்.

பனைமரங்கள் எப்பவும் பேரிரைச்சலுடன் கம்பீரமாய் அசைந்து அசைந்து சசலத்துக்கொண்டேயிருக்கும்.

படுக்கையறையின் விசாலமான ஜன்னலினூடாய்ப் பனம்பூக்கள் பறந்து வந்து வாசனையோடு சிதறும்!

வீட்டின் ஓரமெங்கும் மஞ்சள் பூப்பந்துக்கள் திரள் திரளாய் ஒதுங்கிக் கிடக்கும். வளவைப் பார்க்கப் பார்க்க எப்பவும் எனக்குப் டெருமையாயிருக்கும்!

பின்னால், ரெயில்வே ஸ்ரேசன் வளவில், எமது வீட்டு வேலியோடு ஒட்டியவாறு உயரமான ஒரு 'சென்றிப் பொயின்ற்'! பனங் கொட்டுகளும் மண்மூட்டைகளும் போட்டு வசதியாக அமைத்திருந்த 'சென்றிப் பொயின்ற்'!

அவர்கள் வெளியில் சென்றியில் ஈடுபடுவதைவிட வேலிக்கு மேலால், எமது வீட்டிற்குள் கண் மேய்ச்சல் விடுவதே

அதிகம். கங்கு மட்டை, காய்ந்த ஓலை, பனங்காய், பன்னாடை என்று சடசடத்து விழும்போதெல்லாம், ஆரம்பத்தில் துடி துடித்துப் பதைத்து வெற்றுவேட்டு வைத்து, கூச்சல்களோடும் அதட்டல்களோடும் பத்துப்பதினைந்து பச்சைத் தலைகள் வேலியின் மேலால் எட்டிப் பார்த்து ஆராயும்! போகப் போக, அது அவர்களுக்குப் பழக்கமாகி விட்டதால், பனை களுக்குப் பாரிய பிரச்சனையேதும் ஏற்படவில்லை.

தண்டவாளங்களை நோக்கித் திறபடும் எமது பின்புறப் படலையைச் சங்கிலி போட்டுப் பூட்டக்கூடாது என்பது அவர்கள் கட்டளை! சாட்டாக நினைத்த நேரத்தில் உள்ளிட்டு விடுவார்களோ என்ற பயம் நமக்கு! ஆனால் அநாவசியமாக அவர்கள் உள்ளிட்டதில்லை என்பது நம்ப முடியாத உண்மை!

அப்பாவிற்கு, பின் படலையால் வேலைக்குப் போய் வருவது பெரிய செளகரியமாய் இருந்தது. நேரம் கிடைக்கும் நேரங்களில் வந்து, தேநீர் அருந்தி, நொறுக்குத் தீனி சாப்பிட்டு விட்டுப் போவார்.

சில சமயங்களில் அப்பாவுடன் சேர்ந்து, 'கேர்ணல்', 'மேஜர்' என்று அலங்காரப் பட்டிகளுடன் ஹிந்திப்பட்டாளங் களும் வருவதுண்டு! அப்பா எச்சிலை மென்று விழுங்கியபடி இழுபட்டுக்கொண்டு வருவது எனக்கு விளங்கும். அவர்கள் கதையோடு கதையாய் வீடுமுழுவதும் கண்களால் கணக் கெடுத்துக்கொண்டு போவார்கள். போகும்போது நட்பாக விடைபெறுவார்கள்.

"இங்கு எல்லோருக்கும் பெரியபெரிய வீடுகள் இருக்கிறது... நிறையத் தண்ணீர் வசதியிருக்கிறது, இதைவிட வேறென்ன வேணும் உங்களுக்கு? எதற்காக சண்டை போடுகிறார்கள்..." என்று ஒரு இந்தியக் 'கேர்ணல்' அப்பாவிடம் கேட்டானாம். அவன் ராஜஸ்தானைச் சேர்ந்தவன்.

'விளக்கம் கொடுக்க வேண்டிய வினாதான்! ஆனால் இவன்களுக்கு இதெல்லாம் விளங்குமா? இந்தியப் பெரும் பான்மையினக் குடிமகன் இவன்!—இந்தச் சிறுபான்மை இன இலங்கைத் தமிழனின் உரிமைப் பிரச்சினைகள், அரசியல் துரோகங்கள், நிரந்தர இழப்புகள், பரிதாபங்கள், ஏக்கங்கள்... எல்லாம் சொன்னாலும் தான் இவனுக்குப் புரியுமா?'— அப்படித்தான் அப்பா உடனே யோசித்தாராம். யோசனையின் விளிம்பிற்கு வருமுன்பே, அவன் இந்த மண்ணின் நாணம் மிக்க பெண்களைப்பற்றிச் சிலாகிக்கத் தொடங்கிவிட்டானாம். அதன் பின்னர் அவன் பதில் சொல்லக் கூடிய கேள்வி யெதுவுமே கேட்கவில்லையாம்.

வீட்டு வளவிற்குள் கள்ளுச்சீவ வருபவன், வேலியோடு 'சென்றிப் பொயின்ற்' வந்ததிலிருந்து பனையில் ஏறமாட்டேன் என்று பிடிவாதமாக நின்றுவிட்டான். ஒரு பனையில் அவன் கட்டிவிட்ட முட்டி கவிண்டபடி அப்படியே கிடந்தது. அதிலிருந்து கள்ளு நிரம்பி வழிகிறதோ என்று குமரியாகி நிற்கும் என் குட்டித் தங்கை, பனையோடு ஒட்டிநின்று அடிக்கடி அண்ணாந்து பார்ப்பாள். அவள் பனைமரங்களருகே போனால், 'சென்றிப் பொயின்ற்'றிலிருந்து மெல்லிய விசிலடிப்பும் இனிமை யான பாடலிசையும் மாறிமாறிக் கேட்கும்! அதனால் பனை களருகே நின்று நாம் அனுபவிக்கும் சுகம் படிப்படியாகக் குறைந்துகொண்டே போனது!

அலுவலகத்திலிருந்து வீடு திரும்பியதும் ஆசை தீர அள்ளிக்குளித்துவிட்டு, சின்ன தூக்கத்திற்காய்ப் படுக்கை யறைக்குள் நுழைந்தால், முகாமிலிருந்து வரும் மும்முரமான சத்தங்கள் தூக்கத்தைக் கெடுக்கும்! அச்சமயங்களிலெல்லாம், ஜன்னலினூடாய், கரும்பனைகளில் சிதறிக் கிடக்கும் சின்னச் சின்ன குழிகளையெல்லாம் ஏகாந்தமாய் எண்ணிப்பார்த்துக் கொண்டு படுக்கையில் கிடப்பேன்.

அவர்கள் யாழ்ப்பாணத்திற்குள் நுழைந்த சிலநாட்களில் வெறித்தனமாக ஏற்படுத்திய பேரழிவின் சிறு வடுக்கள் மட்டுமே இவை! இந்த வளவிற்குள் எந்தப் பனையும் இதனால் சாய்ந்து விழுந்து விடவில்லை! நிறைந்த வடுக்களோடும் நெடுநெடுவென்று கம்பீரமாய்த்தான் நிற்கிறது!

முன் 'கேற்'றால் வீட்டினுள் நுழைபவர்களை 'சென்றிப் பொயின்ற்'ல் இருப்பவன் முழுமையாகக் காணமுடியாது. ஆனால் வருபவர் வீட்டின் நடு 'ஹோலி'னுள் நுழைந்துவிட் டால், பின் வாசலூடாய் பைனாகுலர் மூலம் மிகத்தெளிவாய்க் காணலாம் என்பது எமக்குத் தெரியும்.

என் சினேகிதி அபி, பெரிய ஓலைத்தொப்பியும் கவர்ச்சி யான உடையும் அணிந்துகொண்டு அழகான சைக்கிளில் வந்திறங்கிக் கதைத்துவிட்டுப் போவாள். அவளின் கைப்பையி னுள் ஏகப்பட்ட கடுதாசிகள், குறிப்புகள் இருக்கும், உடம்பில் ஒரு பகுதியில் 'சயனைட்' குப்பி இருக்கும்! பின்புறம் சமைய லறைப் பக்கமாய் அவள் வரும்போது 'சென்றிப் பொயின்ற்'ல் இருப்பவன் தலையை வெளியே நீட்டிக் கண்ணடித்துச் சிரிப்பான்; களிப்பில் கையசைப்பான்!

எனக்கு இதயம் படபடத்துக்கொண்டேயிருக்கும்! அவள் வெகு சாதாரணமாய், அண்ணரின் கதையிலிருந்து ஆஸ்பத்திரிக் கதைவரை பரிமாறிவிட்டு, தேவையானவற்றைச் சேகரித்துக்

கொண்டும் சிரித்தவாறே போய்விடுவாள்! 'போகிறாளே' என்று மனத்திற்குள் ஏக்கமாயும் இருக்கும்; போனபின் ஏனோ ஆறுதலாயும் இருக்கும்.

வீடு வீடாகச் சோதனை நடக்கிறபோதும் இந்த ரெயில்வே பகுதிக்குள் மட்டும் யாரும் சோதனை போட வருவதில்லை என்று இறுமாப்புடன் இருந்த எமக்கு ஒருநாள் காத்திருந்தது!

அது ஒரு சுட்டெரிக்கும் வெயில்நாள்! 'சென்றிப் பொயின்ற்'ஜ நோக்கி யாரோ உற்றுப் பார்த்திருக்கிறார்கள். அடுத்த நிமிடம் அதற்கருகாக 'கிறனைற்' குண்டொன்று வெடித்திருக்கிறது! வந்தவனின் குறி தப்பிவிட்டது! வேலியோடு நின்ற சீனிப்புளி மரத்தின் கிளைகளுக்கு மட்டும்தான் சேதம்! ஸ்ரேசன் முழுவதும் மிருகத்தனம் தலைதூக்குவதற்கு இது ஒன்று போதுமே! 'திபுதிபு'வென்று எமது பனம் வளவிற்குள் பச்சைப்புழுக்களாய் அவர்கள்! 'சட சட'வென்று காற்றைக் கிழிக்கும் இரைச்சலுடன் துப்பாக்கி வேட்டுக்கள்! வீதியால் போய்க்கொண்டிருந்த அப்பாவிகள் பச்சை உடைக்காரரால் பன்னாடையாக்கப்படும் அகோரம், ஈனஸ்வரமாய் நீண்ட நேரம் கேட்டுக்கொண்டிருந்தது!

எல்லாம் ஓய்ந்த பின், ஜன்னலினூடாய் வளவைப் பார்த்தேன். மருந்துநெடி வீசியது! அடிவயிற்றுக்குள் இன்ன மும் அச்சம் அப்பிக்கிடப்பதான உணர்வு! கரும் பனைகளில் புதிய குழிகள் தோன்றியிருந்தன. சன்னங்களின் பல வெற்றுக் கவசங்கள் மரங்களின் அடியில் ஆங்காங்கே சிதறியபடி! ஆயினும் அழகிய விசிறிகளென, வளவு முழுவதும் பசுமை யாய்ப் போர்த்தியிருக்கும் பனைகள் எல்லாம் கெக்கலித்துச் சிரிப்பதுபோல் காற்றில் அழகாய் அசைந்து கொண்டுதானிருந் தன!

ஒரு உற்சாகமான வார இறுதி நாள், ரெயில்வே தொழிலாளிகளை அப்பா அழைத்திருந்தார். அவர்கள் புற்கள் நிறைந்த வளவைத் துப்பரவாக்கத் தொடங்கி விட்டார்கள். வீடு முழுவதும் பச்சைப்புற்களினதும் காயம்பட்ட வடலி இலைகளினதும் மணம் பொங்கிப் பரவிக்கொண்டிருந்தது.

மேஜர் முக்தயர், ஏணிப்படிகளில் ஏறி நின்றவாறே வளவிற்குள் நின்ற அப்பாவுடன் வெகு சந்தோஷமாய்க் கதைத்துக்கொண்டிருந்தான். அப்பா, வளவைத் துப்பரவு செய்விப்பது அவனுக்குப் பெருமகிழ்ச்சி என்று விளங்கியது. புற்களினூடாக வேலிவரை யாராவது தவழ்ந்து வந்து விடுவார்களோ என உள்ளூர ஊறிக்கிடந்த அச்சத்திற்கு,

   நிலவுக்குத் தெரியும்

அது பெரிய விடுதலை என்பது போல் அவர்களின் பேச்சும் நடவடிக்கைகளும் உல்லாசமாயிருந்தன.

துப்பரவு செய்யப்பட்ட வளவிற்குள், நிறையப் பனங் கொட்டைகள் ஆங்காங்கே புதைந்து, புதிதுபுதிதாய் முளை விட்டிருப்பது தெரிந்தது. அப்பா, அவற்றைப் பிடுங்கி எடுக்கச் சொல்லவில்லை. அவை நெடும்பனையாகும் அழகைக் கற்பனையில் நான் அடிக்கடி கண்டு களிப்பேன்.

வைகாசி மாதத்து முதல் நாள், நல்ல வெயிலும் கூடவே சுழன்றடிக்கிற காற்றுமாயிருந்தது. சைக்கிள் 'றிம்'இல் சுரீர் சுரீரென்று மணற்புழுதி வந்து மோதிக்கொண்டிருந்தது. நான் அலுவலகத்தில் 'ரைப்'செய்ய வேண்டியிருந்த அனைத்துப் பிரதிகளையும் முழுமையாகச் செய்து முடித்துவிட்ட திருப்தி யுடன், ஆசுவாசமாய்ச் சைக்கிளில் வந்திறங்கினேன். வீட்டி னுள் பரபரப்பாக ஆளரவம்! வல்லைவெளி தாண்டி வந்த வடமராட்சி உறவினர்கள் சிலர் என்னைக் கண்டதும் எட்டிப் பார்க்கிறார்கள். ஏதோ வித்தியாசமாய்த்தான் இருந்தது!

அம்மா அழுத கண்ணீருடன் படியிறங்கி ஓடி வந்தா. "தேவகி..." என்ற ரகசிய முனகலுடனும் முற்றி வெடிக்கும் விம்மலுடனும் என்னைக் கட்டியணைத்து ஓசையை அடக்கி ஒப்பாரி வைத்தா..!

எனக்கு எல்லாம் விளங்கி விட்டது!

"ஊரில் என் தம்பி போரிட்டு மாண்டான்..." என்று மார்தட்டிப் புலம்பவோ, தலையைப் பிசைந்து குளறவோ ஊரைக் கூட்டி ஒப்பாரி வைக்கவோ எல்லாம் முடியாத ஊமைச்சாபம் எங்களுக்கு! நடுவாயிலைத் தாண்டி, பின்புற மாகவோ முன்புறமாகவோ போயிருந்து அழுதுதீர்க்க முடியாத அவலம்!

எல்லாச் சுதந்திரங்களும் பறிக்கப்பட்டு, இப்போ அழுவதற் குரிய ஆகக்குறைந்த சுதந்திரமும் இரகசியமாய்ப் பறிக்கப்பட் டிருந்தது யாருக்குத் தெரியும்! இதில் யார், யாரைப் போய்த் தேற்றுவது?!

சில மாதங்கள் எமக்குள் நெருப்புத் துண்டங்களாய்க் கனன்று பொசுங்கிக் கழிந்தது! நம்பமுடியவில்லை நமது சின்னச் சின்ன சந்தோஷங்களும் இத்தனை விரைவில் சீர்குலைந்து போகுமென்று நம்பமுடியவில்லை.

இலையுதிர்காலம் தொடங்கி, சீனிப்புளி உருவியுருவித் தன் இலைகளை வளவெல்லாம் கொட்டத் தொடங்கியபோது,

ஒருநாள் திடுதிப்பென்று அவர்கள் மூட்டை கட்டத் தொடங்கி விட்டார்கள். ரெயில்வே ஸ்ரேசனுக்குரிய கட்டடங்களெல்லாம் அவசரம் அவசரமாய் விடுவிக்கப்பட்டு வெறிச்சோடி விட்டது! அனைத்து வாகனங்களும் அப்புறப்படுத்தப்பட்டுக்கொண் டிருந்தன. மேஜர், கேர்னல் என்ற பதவியிலிருந்தவர்கள், விடை பெற்றுப்போக வீட்டுக்கு வந்தார்கள். சிநேகமும் பண்பும் மிக்க எங்களைப் பிரிந்து போவதில் பெரிய மன வருத்தம் என்று கூறி விடைபெற்றுப் போனார்கள் – சொந்த உடைமையைத் துறந்து போவது போன்ற துக்கம் அவர்களின் கண்களில் !

இரவு, ஈ காக்கைகூட அங்கில்லை என்ற தெளிவான நம்பிக்கையில், இத்தனை நாள் அடக்கிவைத்திருந்த துக்கமெல் லாம் பீறிட்டெழ, நெஞ்சிலடித்து அம்மா கதறத் தொடங்கி விட்டாள் .. !

"நாசமாய்ப் போவாங்கள் ... என்ரை பிள்ளையையும் நாசமாக்கிப் போட்டெல்லோ போறாங்கள்! மகனே ... நானினி உன்னை எங்கை போய்த் தேட ..." என்று பின் வளவில் குந்தியிருந்து குழறிக்கொண்டேயிருந்தா.

எனக்குக் கண்களுக்குள் நீர் முட்டிக்கொண்டு வந்து விட்டது !

ஆயினும் யாரும் யாரையும் அழ வேண்டாமென்று தடுக்கவில்லை !

(இச்சிறுகதை 1999 ஆனிமாதம் – இங்கிலாந்திலிருந்து வெளி யான அனைத்துலகக் கலைஞர்கள் எழுத்தாளர்களது படைப்புகளின் தொகுப்பான *யுகம் மாறும்* TWAN வெளியீட்டு இதழில் பிரசுரமானது. பின்னர் பாரிஸ் *சமுமுரசு* பத்திரிகை யிலும் மறு பிரசுரமானது)

நெய்தல் நினைவுகள்...

கடல் எப்பவும் எனக்குப் பிடித்தமானதாய் இருந்தது..!

மேகத்தின் வர்ணத்தை உறிஞ்சி... சூரியனின் நெருப்புக் கதிர்களை உள்வாங்கி... குளிர்மையைப் படரவிட்டபடி... நீலப்பளிங்கு மேடையெனப் பரந்து விரிந்து மிதந்தபடி... அங்குமிங்கும் ஓயாமல் அலைவதும் அள்ளுண்டு புரளுவதுமாய் என் வாழ்க்கைக் காலம் முழுவதும் கடல் என்னுள் ஒரு சரித்திரமாய் வியாபித் திருந்தது!

நானறியாப் பருவத்தில் நானறியாப் பொழுதொன் றில் அது என்னுள் இறங்கி... இரண்டறக் கலந்து விட்டிருந்தது! கடலின் அலைகள் என் உணர்வுகளோடு இழைந்து... கலந்து உறவாகிப் போயிருந்தன! அதன் இணையற்ற தோழமை என்னுள்ளிருந்து பிரிக்க முடியாததாகியிருந்தது! அதன் ஓசை என் இருதய லயத்தோடு பிணைந்து போயிருந்தது!

சமுத்திரத்தின் சல்லாபங்கள் எனக்கு மிக நெருங்கிய சொந்தமாகின..! அதனுள் உலவும் மனிதர்கள் நானாக வும் அங்கு வாழும் உயிரினங்கள் என் உறவுகளாகவும்... நான் அதனுள்ளும் அது என்னுள்ளாகவும் ஆகியிருந்தது!

கடலின் கரையிலிருந்து நிலப்பரப்பின் மையம் நோக்கி ஒன்றரை மைல்கள் தொலைவில் இருக்கும் என் அழகிய ஊர், கடலைத் தரிசிக்க முடியாது போனாலும் கடலின் ஓசையை அமைதிப் பொழுது களில் தரிசிக்கும் அதிர்ஷடம் பெற்றது. கல்வியும்

வேளாண்மையும் நிலபுலன்களும் அங்கு வாழும் மனிதர்களின் முதன் நோக்கம். கடலின் ஓசைக்கும் கடலின் வாசனைக்கும் அந்த ஊருக்கும் சம்பந்தம் ஏதும் இல்லை என்பதான ஒரு இடைவெளி அங்கே சாதியப் போர்வையாய் விரிந்து கிடந்தது. எப்போதாவது கடற்கரை உலாப் போவதுடன் முடிவடைகிற உறவு அது! ஆனால் அந்த உறவுகள் வரையறைகள் எல்லா வற்றையும் உடைந்தெறிந்து அணைகள் தாண்டிய ஆர்ப்பரிப் போடு என்னுள் ஆக்ரோஷமாய்க் குடிகொண்டிருக்கும் கடற்காதலை யாரால் புரிந்துகொண்டிருக்க முடியும்?

'இந்து சமுத்திரம்' என்ற பெயரோடு காவிய நூல்களில் பெருங்கதைகளைச் சுமந்து நிற்கும் பெரும் கடல், ஒரு சிறு கவிதையைப் போல் என்னுள் வெகு இயல்பாய் வந்து அமர்ந்திருந்தது!

ஊரின் மத்தியிலிருக்கும் பிள்ளையார் கோவிலின் வடக்குப்புறப் புல் வீதியில் உலா வருகிற பொழுதுகளிலெல் லாம் சமுத்திரத்தை நோக்கி நகரும் நீண்ட தெருவைத் தழுவியபடியும், கடற்கரையோடு ஒட்டியபடியிருக்கும் நீதி மன்றத்தின் உயர்ந்த சுவர்களைத் தாண்டியும், கோட்டுவாசல் அம்மன் கோவிலின் கோபுரக்கலசங்களைத் தாண்டியும், காட்லிக் கல்லூரியின் வகுப்பறைக் கட்டிடங்களைத் தாண்டி யும், பின்னர் மாணவர் விடுதிகளின் பரந்த மைதானங்களைத் தாண்டி, வயல்வெளிகளைத் தாண்டி, தெருவோரத்துப் பட்டிப் பூக்களையும் பன்னைப் பூக்களையும் சுழற்றியெறிந்தபடி ஆலடிப்பிள்ளையார் கோவிலையும் குளத்தையும் தாண்டி, புன்னை மரங்களையும் மகிழ மரங்களையும் தழுவிக்கொண்டு அவ்வோலைப் பிள்ளையார் கோவிலைத் தாண்டி, நெடிதுயர்ந்த பனைகளின் இடைவெளிகளினூடாய் நுழைந்து, ஓட்டு வீடு களின் முகடுகளிற்கிடையாய் நழுவி, ஓலைக் குடிசைகளை உரசியபடி ... வீசும் காற்றாய் மிதந்து வரும்போது அதன் இதமான தழுவலையும் இனிய ஓசையையும் வெகுவான லயிப்போடு அனுபவித்து வந்திருக்கிறேன்..!

இரவின் அமைதி எப்பவும் அபூர்வமாக இருந்தது! நிலவின் ஒளியில் நட்சத்திரங்களோடு கண் சிமிட்டியபடியே என் வீட்டு விறாந்தாவோடு ஒட்டியபடி வரிசையாக நிற்கும் பிச்சிப் பூ மரங்களின் கீழ் கால்களைப் பதித்தபடி சிமெண்டுத் தரையில் அமர்ந்திருந்து ஏராளம் கனவுகளில் மிதந்திருக் கிறேன்! அத்தருணம் எனைத் தேடி அது வரும்! அதன் பேரோசை கைகளை விரித்தபடி 'ஒ'வென்று விரைந்து வரும்! வானம் மிரஞுவதாய் அசையாமல் கிடக்க ... கடலின் ஓசை விண்ணை உரசுவதாய்ப் பாவம் காட்டியபடி மோகத்துடன்

ஊரைத் தேடி வரும்! வந்த வேகத்தில்... வார்த்தைகளைத் தேடிவிட்டுப் பொலபொலவென்று உதிர்ந்து சுருண்டு போய்ப் பேசாமலே போய்விடும்! பின்னர் மீண்டும் ஒரு புது உற்சாகம் பொங்க ஆவலாய்த் தேடி வரும்... குசாலாய்ப் போகும்! எதுவோ சொல்வதாய் ஜாலம் காட்டிவிட்டு நீண்ட தூரம் மூச்சுப் பிடித்தபடி ஓடும்..! பின்னர் சில நாட்கள் வராமலே இம்சை பண்ணும்..! அதன் இன்னுமொரு வருகைக்காய் நட்சத்திரங்களோடு சேர்ந்து நானும் காத்திருப்பேன்..!

பின்னர்... ஒரு அமைதியான இரவில் பௌர்ணமி ஒளியில் மனசு கரைந்திருக்கும் மாய வேளையொன்றில் மெல்லிய கீதங்களோடும் காதல் பொங்கும் நளினத்தோடும் அலைகளை அள்ளி வீசியபடி வரும்! ஆரோகணத்திலும் அவரோகணத்திலுமாய் இனிய லயத்தோடு வந்து வந்து போகும்..! திடீரென்று நின்று... சில கணங்கள் ரகசியமாய்ப் பேசும்..! என் இனிய தோழனாய்த் தோள்களைத் தழுவும்..! இதயத்துள் நுழைந்து உணர்வுகளைப் ஸ்பரிசித்து முத்தமிட்டு விட்டுப் போகும்!

நிலவு மிதக்கும் பெருவெளியைத் தாண்டி... முகில்கள் நழுவி வரும் மெல்லிய காற்றில், என்னை அள்ளிச் சுமந்து. கடல் தழுவும் தேசமெங்கும் உலாச் சென்று ஓராயிரம் கதைகள் என்னோடு பேசி வரும்!

அன்னியோன்யமான சில வேளைகளில்... என் துயரங் களை அதனோடு பகிர்ந்துகொண்டிருக்கிறேன். என் சந்தோஷங் களை அதன் மேல் அள்ளித் தெளித்திருக்கிறேன். ரகசியங் களைக் கிசு கிசுப்போடு கொட்டி வைத்திருக்கிறேன்! ஒரு 'டயறி'யைப் போல் அனைத்தையும் காவிக்கொண்டு ஒரு எள்ளல் புன்னகையை உதட்டில் தவழ விட்டவாறே வெகு சாதாரணமாய் அலைந்து நெளிந்து மறைந்து போய் விடும்!

கடலை அருகிருந்து பார்க்கும் காலத்திற்காய் நான் ஏங்கிக் கிடப்பேன்! அது அநேகமாகப் பள்ளி விடுமுறைக் காலங்களாய் இருக்கும். பள்ளி விடுமுறைக் காலங்கள் எப்பவும் துடிப்பானவை... அழகானவை..! என் அப்பா கடலைப் பார்ப்பதற்காய் எம்மை அழைத்துச் செல்வார்.

மாலைக் கடற்கரை ஒரு புது உலகமாய் விரிந்து கிடக்கும்! அப்பா வேஷ்டியின் வெளிச்சுற்றை ஒரு விரிப்பாக்கி வெள்ளை மணலின் மேல் வசதியாக அமர்ந்து விடுவார். கரம் சுண்ட லும், மரவள்ளிப் பொரியலும், பட்டாணியும் தும்பு முட்டாசும் என்று கடற்கரை அல்லோலகல்லோலப்படும். அப்பா எல்லா வற்றையும் ரசித்துச் சுவைத்துக்கொண்டு அமர்ந்திருப்பார்.

நாம் எமக்குரியவற்றை எம் கைகளில் சுமந்தபடியே கடலோடு நெருங்கி விடுவோம்! பின்னர் எல்லோரும் மணலோடு பொழுதைக் கழிக்கத் தொடங்குவார்கள். நான் கடலோடு மட்டுமே தவம் கிடப்பேன்!

தொலைவிலிருந்தே கதைகள் பேசிக்கொண்டிருந்த கடலை, நான் வெகு நேரம் அருகில் இருந்து பார்த்திருப்பேன். ஓராயிரம் இரகசியங்களை விழுங்கி வைத்திருப்பது போல் கடலின் கண்கள் காட்சி தரும்! ஆயினும் ஏதுமில்லை என்ற ஆலாபனையோடு அங்குமிங்கும் நாட்டியமாடிக்கொண்டிருக் கும்! நான் கடலோடு சேர்ந்து நீண்ட தூரம் மணல் வழியாய் நடப்பேன். யாருமற்ற தென்னை மரங்கள் நிறைந்த பகுதிகள் வரை நடந்துகொண்டேயிருப்பேன். சந்தடிகளற்ற, சவுக்கு மரங்களும் பட்டிப்பூக்களும் நிறைந்த அமைதிப் பகுதியில் கடல் மேலெழுந்து வழிகிற திணுசில் அசைந்தபடி இருக்கும்! தனிமையின் கதகதப்பு அங்கே கொட்டிக் கிடக்கும்! நான் அப்படியே மணலில் அமர்ந்து விடுவேன். கடல் தாபமும் இனம்புரியா மோகமும் என்னுள் நிறைந்து வழியும்! உடலினுள் ஜில்லென்று அலைகள் பரவும்! கிறக்கத்தில் மௌனமாகிக் கிடப்பேன்! கடலின் பெரிய கைகள் என்னை அணைத்துக் கிடக்கும்! அப்பா சத்தமிட்டு அழைக்கும்வரை நான் கடலோடு கிடப்பேன் .. !

கரையிலிருந்து நீர்ப்பரப்பை நோக்கிக் கால்மேல் தொலைவில் அலைகளுக்கெல்லாம் அணைபோட்டது போலக் கரிய பெரிய முதிரைக் கற்கள் வரிசையாக நீளமாய்க் குறுக்கறுத்து எழுந்து நிற்கும்! அலைகள் எப்பவும் அவற்றைத் தாவிப்பாய்ந்து கரையைத் தொட்டுவிட்டு வீர நடைபோட்டு மீளவும் போகும்! பந்தயத்திற்காய்ப் பலரும் ஓடிச் சென்று முதிரைக் கற்களைத் தொட்டுவிட்டு வருவதுண்டு. ஆயினும் அதன் ஆழமும் அலையடிப்பின் வேகமும் எனக்கந்த அனுமதியை எப்பவும் பெற்றுத் தந்திருக்கவில்லை. கரையில் நின்று கால்களை நனைக்கப் போய்ப் பல தடவைகள் கடலினுள் சங்கமித்து மீண்டிருக்கிறேன்!

எப்போதாவது கடல் அமைதியாகிக் கிடந்த அசாதாரணப் பொழுதுகள் என்னுள் இனம்புரியாத துயரத்தை நிரப்பி விட்டிருக்கிறது! சந்தோஷங்களை இழந்த தருணங்களாய் ஒருவித அசாதாரண உணர்வில் நான் தவித்துப் போயிருக் கிறேன்! இருள் என்னைச் சூழ்ந்து கொள்வதாய் உணர்ந்திருக் கிறேன்! பின்னர் வரும் கடலின் ஆர்ப்பரிப்பில் உயிர் பெற்றிருக்கிறேன்!

ஒரு காலை வேளையில் கடலின் புதுமுகம் எப்படியிருக் கும் என்று பார்ப்பதற்காய்ப் பல தடவைகள் பிரயத்தனப் பட்டிருக்கிறேன்.

ஒரு சூரிய உதயத்தில் கடலைப் பார்த்துப் பிரமித்த நிமிடங்கள் பல வருடங்களாய் என்னுள் ஓவியங்களை வரைந்த படியே இருந்தன! அவை கவிதைகள் ஆயின! கதைகள் ஆயின! அழகிய சொல்லாடல் ஆயின!

தகதகவென்று மினுமினுக்கும் கடல் நீர்ப்பரப்பில் எனது ஆயிரம் கனவுகள் எப்பவும் வரிகளாய்க் கோலமிட்டுக் கிடந்தன! என் நினைவுகள் அங்கே படகுகளாய் மிதந்து திரிந்தன! கடல் என்னுள் கடலாய்ப் பெருக்கெடுக்கும்! கவிதைகள் எழுத வைக்கும்! கதைகள் புனைய வைக்கும்!

பின்னர் ஒரு காலம! அது என் பதின்மப் பருவத்தின் எல்லைகளைத் தொட்டுக்கொள்ளும் இளமைக் கனவுகள் நிறைந்த காலம்! ஆயினும் அது அபூர்வமாக எல்லாம் அமைந்து விடாத ஒரு போர்க்காலம். தொழில் நிலைக் கல்விக்காய்ப் பேருந்தில் நீண்ட தூரம் பயணித்துக் கல்லூரி சென்று வருவதும், ஊரடங்குச் சட்டங்களையும் ஊரை உலுக்கும் செய்திகளையும் நாளும் பொழுதும் சந்தித்துக் கொள்ளும் திகில் நிறைந்த காலம்! கல்லூரிப் பயணங்களைக் கடலோரப் பேருந்துப் பயணங்களாய்த் தேர்ந்தெடுத்துக்கொள்வேன். பருத்தித்துறைப் பேருந்துத் தரிப்பிலிருந்து பாடல்களுடன் குஷாலாகப் புறப்படும் ஒரேயொரு பேருந்து '751' எப்பவும் என் இலக்காக இருக்கும்.

கடலோடு சேர்ந்து கனாக் காண்பதற்காய் ஜன்னல் இருக்கைகளைத் தேடி அது என்னை அமர வைக்கும். கைகோத்தபடியே உல்லாசமாய்க் கதை பேசிக்கொள்ளும். ஆயிரம் காலத்துச் சொந்தமென என்னோடு சேர்ந்து பிணைந்த படியே நகரும்! ஏலேலோ பாடல்கள் காற்று வெளியூடாய் என் காதுகளை உரசிச் செல்ல... பேருந்து நகரும். கடலும் நகரும் ..!

நாளும் பொழுதும் என்னுள்ளிருந்த கடல் காதல், கடலை விடப் பெரியதாயானது! அது கடலோரம் வாழ் மக்களை நேசிக்கவும் நெருங்கவும் வைத்தது. கடற் போராளிகளைப் பூஜிக்க வைத்தது! யாருமறியாமலேயே கடல் எம் வாழ்வின் தடைகளையெல்லாம் பெரிதாய்ச் சுமக்கத் தொடங்கியது.

ஆயினும் பின்னர் ஒரு காலம் வந்தது..! சொல்லொணாச் சோகங்களைச் சுமந்தபடி அது வந்தது! எம்மிடமிருந்து அதனைப் பிடுங்கியெடுக்கத் தந்திரங்கள் நிறைந்த சாபங்கள் பிறந்தன! இராணுவ வேலிகள் அதனிடமிருந்து எம்மைப் பிரிக்கத் தொடங்கின! அலைகளை மறித்துப் பீரங்கிக் கப்பல்கள் ஆட்சி நடத்தத் தொடங்கின! கடலுக்குள்ளிருந்து நெருப்புத் துண்டங்கள் எம்மீது ஏவப்பட்டன..! நாம் கடலை நெருங்க முடியாத பெருந்துயரம் எம்மைச் சூழ்ந்துகொண்டது! போரின் ஓசைகள்... கடலின் ஓசைகளைக் கொடுரமாகச் சிதைக்கத் தொடங்கின! கடலின் தரிசனம் மெல்ல மெல்லப் பதில்களற்ற கேள்விக் குறிகள் ஆயின! வாழ்வின் எல்லைகள் குறுக்கப்பட்டன! கனவுகளும் கற்பனைகளும் சிறை வைக்கப் பட்டன!

எமது கடல் எங்கோ ஒரு தொலைவில், கண்ணுக்குத் தெரியாத மாயவலையில் மறைந்து போனது!

அலைகளின் ஓசைகள் பெயர் தெரியா முகங்களாலும் மனம் விரும்பாப் பாஷைகளாலும் திருடப்பட்டன!

"எங்கள் கடல்" என்ற நினைவுகள் மட்டும் எங்கோ ஒரு மூலையில் சுடராக மின்னிக்கொண்டிருக்க மிகுதி யாவும் ஏக்கங்களாயும் ஏமாற்றங்களாயும் கரையத் தொடங்கின!

கடலோரக் காற்று மெல்ல... மெல்லக் கண்ணீர்த் துளிகளை வீசத் தொடங்கியது..! நீலக் கடல் அலைகள் நினைவழியாச் சோகத்துடன் செங்கடலாய்ப் பாயத் தொடங் கின! தென்றலென மிதந்து வந்த இதமான கடற்காற்றுத் துப்பாக்கித் துளைகளுடனான உடல்களைச் சுமக்கத் தொடங்கின! கடல் நீரெங்கும் அழியாத சோகக் காவியங்கள் மிதக்கத் தொடங்கின! எமது கண்ணீரைச் சுமக்கவியலாப் பெருஞ்சுமையில் கடலும் குமுறியழத் தொடங்கியது!

பின்னர் வந்த காலம்...

எமக்கென்றிருந்த எல்லாமும் பிடுங்கியெறிபட்டன! வேர்கள் அறுபட்டன..! உறவுகள் சிதைபட்டன..! மனிதம் வெற்றுப் புழுதியில் வேதனை மிகுதியில் கால்களில் மிதி பட்டது! தூரங்களைக் கடக்க முயன்றும் முடியாதவர்கள்... புலம்பெயர்ந்து ஒரு காலத்தை உருவாக்கினர்! அது புலம் பெயர் காலமாகவே ஆயிற்று! சுகமான சரித்திரங்கள் யாவும் அழிபட்டு... எரிபட்டு நாசமாயிற்று..!

வேர்களை வாட விடா அவசரத்தில்... புதிய தேசங் களில் அவை பயிராகின! வாழ்வுகள் இடம் மாறின! தேசங்கள் புதியவையானாலும் நாம் நாமாகவே இயல்புகள் மாறாமலே நகர்கிறோம்... அதே கனவுகளைச் சுமந்தபடி, அதே நினைவு களில் உழன்றபடி... அதே இலக்குகளோடு!

கடலின் ஓசையற்ற புதிய தேசங்கள் வெறும் தூரங்களை மட்டுமே உருவாக்கின, கடலோரக் காற்றை, கட்டுமரங்களை, நெடிதுயர்ந்த பனை மரங்களை, அதனோடு இணைந்த ஏலேலோ பாடல்களைத் தொலைவில் தள்ளின. ஆனாலும் உணர்வுகளை நெகிழ வைக்கும் நினைவுகளையோ கனவு களையோ அதனால் என்ன செய்துவிட முடியும்? எங்கள் கடல் எங்களுள் என்றும் அலைகளை வீசியெறிந்தபடி! பெரும் மூச்சுடன் எம்முள் மோதியபடி...!

பின்னர் ஒரு நாள் வந்தது...

உலகையே அதிரச் செய்யும் கொடும் கோலத்துடன் ஆழிப்பேரலையாய் வந்தது! கொடுமைகளைத் தாங்க முடியாப் பெருந்துயரத்துடன் வீறு கொண்டு திமிறி எழுந்தது! தீரா வெறியில் ஊழிக் கூத்தாடியது! கடல் கனவுகள் எல்லாம் காவு கொள்ளப்பட்டன. கடலில் மிதந்த கவிதைகள் யாவும் சிதறிப் போயின! கடலினுள் ஒளிந்திருந்த சந்தோஷத் துளிகள் யாவும் அடிபட்டுப் போயின! கடல் முகமழிந்து ஏராளம் வடுக்களைச் சுமந்தபடி கோரமாய் அலைந்தது!

தாண்டவம் முடிந்த பின்னரும் கடல் இருந்தது! பேரமைதி பொங்கும் கடலின் இன்னுமொரு முகம் பூதாகரமாய் விரிந்து கிடந்தது! விஷமத்தனமும் கள்ளப் பார்வையுமாய்க் கடல் மௌனித்துக் கிடந்தது. யாராலும் அதை நம்ப முடியவில்லை! நட்போடு நோக்க முடியவில்லை! அன்பைக் கொட்ட முடிய வில்லை! கைகோத்து நடக்கும் ஆசை பிறக்கவில்லை! கடலும் எமக்கானதல்ல என்ற பெருந்துயர் மனத்தின் எங்கோ ஒரு மூலையில் துளிர்விடத் தொடங்கியபோதும், அதையும் மேவி யெழும் கண்ணுக்குத் தெரியா அலைகளின் மெல்லிய கீதம் ஒன்று தினமும் சொல்கிறது... நான் விரும்பும் ஒரே சேதியைத் திரும்பவும் திரும்பவும் சொல்கிறது.

எனது மண்ணும்... துயர் படிந்திருக்கும் எனது மனிதர் களும்... மீள மகிழும் ஒரு கடற்கரைக் காலம் பற்றி ஒரு சிறு பிசிறலின்றி... சொல்கிறது!

காலம் கரைகிற வேளையில்...

தூரங்களைக் கடக்க முடியாச் சோர்வில் சிலர் ஏதேதோ சொல்கிறார்கள் .. !

ஆயினும் கடல் அலைகள் தழுவிய மெல்லிய ஸ்பரிசமும் இனிய கீதமும் இன்னமும் என்னுள் ஒன்றையே மீளவும் மீளவும் சொல்கிறது.

மீண்டும் ஒரு நாள் வரும்!

ஆயிரமாயிரம் கதைகள் சொல்லும்! நானில்லாக் காலத் தின் வலியைச் சொல்லும்! நெஞ்சு நிறைந்த சோகத்தைச் சொல்லும்! இன்னும்... பிரிவுகளை இழப்புகளைத் துயரத் தினால் இழையப்பட்ட சின்னச் சின்ன சுகங்களை எல்லாம் கேள்விகள் ஏதுமின்றி முற்றுப்புள்ளிகளேதுமின்றி மூச்சு விடாமல் சொல்லும்.

நான் இன்னமும் காத்திருக்கிறேன்!

எனக்கென்றிருந்த இடங்களை இழந்தும் எனக்கேயான காலங்களை இழந்தும் என்னுடைய மனிதர்களை இழந்தும் இன்னும் நானில்லாத எனது கடலை எண்ணியும் கடலில்லாத எனது இருப்பை எண்ணியும் நாளும் பொழுதும் காலத்தைக் கடக்கமுடியாப் பெருவலியோடு காத்திருக்கிறேன்!

(கீற்று இணையத்தளத்தில் 2010 மார்ச்சில் பிரசுரமானது)

வல்லை வெளி தாண்டி . . .

காற்று வெளியூடாய், கணவருடன் மோட்டார் சைக்கிளில் 'டபிள்' போவது எவ்வளவு சுகமான அனுபவம்! திருமணமான புதிதில் தொல்லைகளேது மற்ற சுதந்திர நினைவுகளோடு சோடியாய்ச் சுற்றித் திரியும் சுகம் எத்தனை இனிமையானது?!

அக்காற்றுவெளி 'வல்லை வெளி'யாய் இருக்க வேண்டும்! அந்த நேரம் வானில் 'ஹெலி'களே இல்லாத, மழையும் தூறாத, கோடைக்காலத்து மாலை நேரமாய் இருக்க வேண்டும்! வீசிவரும் காற்று, காதோடு கதை சொன்னவாறே கூந்தலையும் சேலையையும் வருடித் தவிக்க வைக்க வேண்டும்! சின்ன புள்ளினங்கள் மேலும் கீழுமாய்ச் சிறகடித்துப் பறக்க வேண்டும்! எல்லையற்ற வானில் ஏகாந்தமாய் வெண்முகில்கள் அலைந்து திரிய வேண்டும்! வல்லை வெளிப்பிள்ளையாரை நெஞ்சுருக வணங்கி, விடை பெற வசதி அமைய வேண்டும்!

அப்படியொரு அழகான வேளையில்தான் நாம் வல்லைவெளி தாண்டிப் போய்க்கொண்டிருந்தோம். மோட்டார் சைக்கிளின் இயந்திர ஓசை காற்று வெளிக்கப்பாலுள்ள பனங் கூடலுக்குள் புகுந்து மோதி விட்டு வருமோசை எங்கோ தொலைவில் கேட்பதாய் எம்மை வியக்கவைக்கும்!

தொண்டைமானாற்றின் திசை காட்டும் காற்றாடி தூரத்தில் நின்றவாறே சுற்றிச் சுழன்று சமிக்ஞை செய்யும். பாலத்தைத் தாண்டி, ஓரமாய் நிற்கும் முட்புதர்களிடை சின்னச் சின்ன குருவிகள் ஓடித் திரியும்! பூவரசங் கிளைகளில் ஏராளம் அணில்கள் குறுக்கும் மறுக்குமாய்த் தாவித் திரியும்!

வல்லைவெளி தாண்டி வரும், வடமராட்சி முடக்கில், பிலாக்கொட்டைக் குருவிகள் நீர்க் குளத்தைச் சுற்றி நின்று, வாலைப் பிளந்து பிளந்து கத்தும்.

தூரத்தில் பனங்கூடலின் சலசலப்பு, எம்மருகே வந்து வந்து போகும். குடிமனைகள் தொடங்க, புகையிலைத் தோட்டங்களும் முந்திரிகைக் காடுகளும் 'விசுக் விசுக்'கென்று கடந்து போகும்.

துன்னாலைச் சந்தியில் பச்சை 'ஹெல்மெட்கள்' தெரிகிற போதுதான் நான் எப்பவும் நிஜத்திற்கு வருவேன். மோட்டார் சைக்கிளின் வேகம் குறையும். கால்கள் என்னையும் மீறி நடுக்கமெடுக்கும்! தொண்டை வற்றிப் போகும்! 'செக்கப்' என்ற பெயரில் சிங்களத்தில் தேவையற்ற பேச்சு வாங்க, கணவர் கசக்கிப் பிழியப்படும் வேதனையில் கடவுளை மன்றாடி, அடையாள அட்டைகள் உருட்டியுருட்டிப் பரிசீலிக்கப்பட, வதை நேரம் மிகநீளமாய் வாட்டியெடுக்க, முடிவில் பெரு மூச்சுடன் பயணம் தொடரும். ஒரு மைல் தூரம் வரை திரும்பிப் பார்க்க விரும்பாமலே பயணம் தொடரும். இருவரும் ஒருவர்க்கொருவர் கதைபரிமாற முடியாமல் நாக்குளறும்! முதுகு கூசும்! கரவெட்டி கடந்து, நெல்லியடிச் சந்தியில் மீளவும் இறங்கி, சிங்களக் கண்களால் துளைத்தெடுக்கப்பட்ட பின் மீண்டும் ஏற, புகையிலைக் கன்றுகள் கதை பேசியவாறே எம்மோடு சேர்ந்து நகரும்!

மாலுச் சந்தியில் இடிந்துபோன கட்டிடங்களெல்லாம் மனத்தைத் தொடாமல் மறைந்து போக, நினைவுகள் ஊர் மண்ணைத் தொட்டு நிற்கும்!

புலோலியை வேகமாய்க் கடந்து, ஓராங்கட்டைச் சந்தியில் நிதானமாய் வேகம் குறைந்து, தம்பசெட்டிப் பக்கமாய்த் திரும்பும்போதுதான் ஒரு இயல்பான மூச்சு மீளும்! புன்னகை அரும்பும்! நமக்குள் பேச்சு எழும்! புதிதாய் முகங்கள் மலரும்!

பிள்ளையார் கோவில் சந்தியில் திரும்பும்போதே, அரசிலைகள் ஆரவாரத்துடன் வீதிக்கு எம்மை வரவேற்கும்! வீட்டு வாசலில் என் தங்கை ஓடிவந்து நிற்பாள். அவளுக்கு மூச்சிரைக்கும்!

மோட்டார் சைக்கிளின் ஓசை ... மூச்சு வேகத்தினிடை அவளை முகம் மலரச் சிரிக்க வைக்கும்!

ஆரத்தழுவும் பார்வையில் நானப்படியே துவண்டு போய் விடுவேன். அவளுக்குக் கண்கள் கலங்கும். அப்படித்தான் நின்றாள் முகம் மலர, கண்கள் கலங்க, புன்னகைத்து!

"வாங்கோக்கா ... வாங்கோ ..." என்று உள்ளே இழுத்துக் கொண்டு போனாள். கையைப் பற்றிய பிடியில் அன்பும் உரிமையும் அழுத்திக் கவ்வும்! வட்டநிலவென அவள் நெற்றி யில் கிடக்கும் குங்குமம், அவளின் கணவர் எங்கே என்று கேட்கத் தூண்டும்.

"அவர் வேலையால வர அஞ்சரை மணியாகும் ... அது வரைக்கும் உங்களைப் போகவிடக்கூடாது எண்டு சொல்லிப் போட்டுத்தான் போனவர் ..." சின்ன விறாந்தைக்கு என்னை இழுத்துக் கொண்டு போய் ஒரு கதிரையில் இருத்திவிட்டாள். என் கால்களிற்கருகாக அவளிருந்தாள். பேச்சு வாக்கிலெல்லாம் என் புதுச்சேலையிலும் ஆசையாக அவள் கண்கள் அடிக்கடி மொய்த்து மீளும்!

"அக்கா ..., நீங்கள் அத்தான் வாங்கித் தந்த சேலையில நல்ல வடிவாயிருக்கிறீங்கள் ..." என்கிறபோது அரும்பும் அழகான புன்னகையினுள்ளே இலேசான ஏக்கமும் தொக்கி நிற்கும் !

உதடுகளை வளைத்து நெளித்து அவள் வண்ணக் கதை கதையாய்ச் சொன்னாள். முற்றத்து வேப்பங்காற்று முகத்தில் வந்தறைந்து, முன்முடியை அலைக்கழிக்க, கைகளால் ஒதுக்கி யொதுக்கி நிறையவே கதைகள் சொன்னாள். ஆறு மாதங் களிற்கு முன் ... ஆசைத்தம்பி வந்து, தன்கையால் ரசித்துச் சாப்பிட்டுப் போன கதை சொன்னாள். போர்க்களத்தில் பொறுப்பான பதவியில் நிற்கும் பரத்தின் கெட்டித்தனங்களை யெல்லாம் புகழ்ந்துபுகழ்ந்து சொன்னாள். தம்பி – பரத்தின் உடுப்புகளை ... தான் கழுவிக் கொடுத்ததைப் பெரிய பாக்கிய மாய்ப் பெருமையுடன் சொன்னாள்.

"பரத்தை நாங்கள் பார்க்க முடியாதா?" நான் தான் அவளைக் கேட்டேன்.

"அவன் அடுத்த மாவட்டத்திற்கு அலுவலாகப் போய் ஆறுமாசமாச்சு. வர நாளாகுமென்று அரசியல் கூட்டம் நடத்துகிற அம்பி தான் சொன்னான். அதுக்கப்புறம் 'பேஸ்' க்கும் போனனான் ... அங்கேயும் அதைத்தான் பாபு மாஸ்ரர் சொன்னார் ..."

பின்னால் அரவம் கேட்க, பட்டென்று கதையை வெட்டி ... திரும்பிப் பார்த்தவாறே அப்பாவியாய்ச் சிரித்தாள்.

"அத்தான் நல்லா கொழுத்திட்டார்" என்றவாறே எழுந்தாள்.

சந்திரா இரவீந்திரன்   ❋ 81 ❋

"கட்டின புதிசில, உங்கட மனுசனும் இப்படித்தான் கொழுத்தவராம் ஆறுமாசம் கழிய, அடையாளம் தெரியாமல் அரைவாசியாய்ப் போனாராம். உங்கட அப்பாதான் இந்த இரகசியம் சொன்னவர் ..." அவர் சொல்லியவாறே கதிரையில் அமர்ந்தார்.

சட்டென்று சிரிக்கத் தொடங்கியவள், விழுந்து விழுந்து சிரித்துக்கொண்டேயிருந்தாள்.

எட்டு வருடங்களுக்கு முன், என்னையும் பார்க்காமல், காதல் கொண்டு செய்த கல்யாணமும், அந்தப் புதுமண நாட்களும், அவள் மனத்தினுள் நாட்டியமாடத் தொடங்கி விட்டது போலும்! அப்படித்தான் நினைத்தேன். எனக்கும் சிரிப்பு வந்தது. இந்திரகுமார் இளைஞனாக இருந்தபோது, ஒரு பாட்டுக் 'கசற்'றைக் கொடுத்து இவளைக் கேட்கச் சொல்லியிருக்கிறார். அவ்வளவுதான்; அவளுக்குப் பித்துப் பிடித்து, காதல் நோயில் அஷ்டாங்கமாய் விழுந்துவிட்டாள்! தூக்கி நிறுத்த எவராலும் முடியவில்லை. அம்மாவின் அடி, குத்து, நுள்ளு ... எல்லாம் அவளுக்கு அமுதமாய் இருந்திருக்க வேண்டும். மஞ்சள் கயிற்றில் மூன்று முடிச்சுப் போட்டுத்தான் மனைவியாக்குவேன் என்று சூளுரைத்து, ஊருக்குள் மகா புரட்சிக் கணவனாய் அவர் பெயர் எடுத்து விட்டார்! ஆனால், ஒரு குழந்தைக்கு அவர் அப்பாவாகிற அதிர்ஷ்டம்; இன்னும் இல்லையே என்கிற சோகம், இவளின் கண்களிற்குள் தான் எப்பவும் தெரியும்!

"பரத்தைக் கண்டால் பவானிக்குப் பத்தும் பறந்துவிடும் ..." என்று இந்திரகுமார் அவளை அடிக்கடி கேலிசெய்வார்.

"அவன் எனக்குத் தம்பியில்லை; பிள்ளையெல்லோ? நான் கைமுறிஞ்சு கிடக்கேக்க ... எனக்குக் குளிக்க வார்த்த பிள்ளை, கால் கடுக்க நடக்கேக்க ... சைக்கிளிலை வைத்துச் சுமந்து திரிஞ்ச பிள்ளை! கஞ்சி வடிக்க வழியில்லாமல் கஷ்டப் பட்ட நேரத்திலையும் கடுதாசிகள் அடுக்கிக் கொடுத்து ... என்ரை கை நிறைச்ச பிள்ளை, எல்லாரும் என்னை விட்டிட்டுப் போக அவன் தானே வந்து அப்பப்போ என்னை எட்டிப் பார்த்திட்டுப் போனான் ..." அவள் சொல்லிக்கொண்டே போவாள். அந்த நேரம் கண்ணீர் பொங்கிப் பெருகும்! அவள் கண்களுக்குள் சோகமிருக்காது; பெருமைதான் பெரிதாய்ப் பிரவகிக்கும்!

நாங்கள் கை, கால், முகம் கழுவி விட்டுச் சாப்பிடக் குந்தினோம். சடைத்து நின்ற பிச்சிப்பூ மரத்தில் அண்டங்

காக்கா ஒன்று வந்து குந்திக்கொண்டது. அது அவசரம் அவசரமாய் அலறிய அலறல், பவானிக்குள் ஏதோ பரபரப்பை ஏற்படுத்துவதாய், அவளின் வளைந்து நெளியும் புருவங்கள் எனக்கு உணர்த்தின!

வளவிற்குள் நின்ற, நல்ல களிப்பிடிப்பான முருங்கைக் காயில் பிரட்டல் கறியும், சண்டியிலையில் ஒரு சுண்டலும், நெய் ஊற்றிய பருப்பும், சுட்ட கத்தரிக்காய்ச் சம்பலும் கருவாட்டுப் பொரியலும், சொல்லி வைத்தெடுத்த சட்டித் தயிரும் போட்டுச் சுடச்சுடக் குத்தரிசிச் சோறு பரிமாறினாள்.

"அத்தான் ... இந்த முருங்கைக்காய் எங்கையும் கிடையாது, பிறகு நினைச்சு நினைச்சு ஏங்காமல் நல்லாய்ச் சாப்பிடுங்கோ ..." என்று அள்ளியள்ளிப் போட்டாள்.

"தெரியும் ... ஆடு அதிலைதானே கட்டிவிட்டிருக்கிறீங்கள். நல்லாய்த்தான் இருக்கும் ..."

அவளை முந்திக்கொண்டு எனக்குச் சிரிப்பு வந்து விட்டது. தயிர்ச் சோறு தொண்டைக்குள் திசைமாறிப் புரைக்கேறி அடித்தது! ஓடிவந்து உச்சியில் தட்டினாள் ... தண்ணீரை நீட்டினாள்.

சாப்பிட்டு முடிந்தபின் கைகளைக் கழுவிவிட்டு முற்றத்து மல்லிகைப் பந்தலின் கீழிருந்த வாங்கில் அமர்ந்து கொண்டோம். அவள் அடுப்படியுள் ஏதோ அடுக்கிக்கொண்டே குரல் கொடுத்தாள்.

"வெத்திலையைப் போட்டுடாதேங்கோ ... பப்பாளிப்பழம் வெட்டிக்கொண்டு வாறன்."

இவர் மேலே அண்ணாந்து ... கொத்துக் கொத்தாய்ப் பூத்திருக்கும் மல்லிகைப் பூக்களை ரசித்துக்கொண்டிருந்தார். நான் பிச்சி மரத்தருகே டிஞ்சு பிடித்திருந்த நெல்லி மரத்தைக் கண்களால் துளாவிக்கொண்டிருந்தேன். நாக்கில் எச்சில் ஊறியது. ஐந்தாறு நாட்களாய், இந்தப் புளிக்காய்களெல்லாம் பார்க்கப் பார்க்க ஆசயாகத்தான் இருக்குது!

வாசலில் ஏதோ அரவம்! எட்டிப்பார்த்தேன்; மின்னலடித் தது போல் அவன் முகம்! 'அவனா ... அ ... அது ... அவனா ..?' சட்டென்று எல்லாவற்றையும் உதறிவிட்டு எழுந்து ஓடினேன்.

தலைவாசற் படியை அண்டினாற்போல் வீதிக் கரையில் அவன்!

"பரத்..! டேய்...பரத்..." பரவசத்தால் என் கால்கள் நடுங்கின. அருகில் சென்று அவன் கைகளைப் பற்றினேன்.

"எப்படி இருக்கிறாயடா..?"

அவன் பதில் சொல்லாமல் புன்னகைத்து நின்றான்! கண்கள் சின்ன குழந்தையெனப் பெரிதாய்ச் சிரித்தன! நான் அவனைக் கட்டிப் பிடித்து முத்தமிட முனைந்தேன். அவன் முகம் உயரமாய் இருந்தது!

"கிட்டன் உங்களை ஓராங்கட்டையடியிலை கண்டவனாம், அதுதான் அலுவல் முடிச்சிட்டுப் போறவழியிலை பார்த்திட்டுப் போகவென்டு ஓடி வந்தன்..." புன்னகை மாறாமலே கூறினான்.

கறுப்பு சேர்ட்டும் கறுப்பு ரவுசரும் அணிந்திருந்தான். இடுப்பில் தடித்த கோல்சர் பட்டி! ஒற்றைக் கையில் ஒரு புதியரகத் துப்பாக்கி! கண்களில் தெரிந்த களைப்பை, போர்த்தன மிடுக்கும் புன்னகையும் கலந்து போர்த்தி வைத்திருக்கும் ஒரு கம்பீரம்!

"ம்... அத்தான் எங்கை? ...சின்னக்கா குசினிக்குள்ளை யாக்கும்?" அவன் உள்ளே எட்டிப் பார்த்தவாறே சிரித்தான். கன்னத்தில் இப்பவும் அதே குழிகள்! அரும்பு மீசையோடு அழகாயிருந்தான்.

"எப்படி இருக்கிறீங்களக்கா..?" மீண்டும் கேட்டான். அவனின் குழந்தைச் சிரிப்புப் பசுமையாய் என்னுள் பதிந்து போனது!

சின்னப் பையனை இடுப்பில் தூக்கி இருத்திக்கொண்டு பிச்சி மரத்தைச் சுற்றிச் சுற்றி ஓடி விளையாடினதும், ஆழக் கிணற்றில், தொங்கித் தொங்கித் துலா இழுத்து நீர் கோலிக் குளிக்க வார்த்து விட்டதுவும், அம்மா குழைத்துத் தரும் சோற்றைப் பாட்டுப்பாடிப்பாடி ஆசையாய் ஊட்டி விட்டதுவும்... இனிய கனவுகள் போல் என்னுள் வந்து வந்து போயின!

"அம்மாவைப் பார்க்க வேணுமென்டு ஆசையாயிருக்கு, ஆனால்... யாழ்ப்பாணப் பக்கம் போறதுக்கு எனக்கிப்ப சந்தர்ப்பமேயில்லை, அம்மாவைக் கேட்டதாய்ச் சொல்லுங் கோக்கா" அவனின் கண்களுக்குள் ஒரு குழந்தையின் ஏக்கம் குறுநகையோடு கலந்து நின்றது!

"உள்ளே வா... முதல்ல, ஒரு பிடி சாப்பிட்டுப் போட்டு நிறையக் கதைக்கலாம் வா பரத்... வாவன்..." நான் அவனின்

கைகளைப் பற்றிய பிடியைத் தளர்த்தாமல் இழுத்தேன். அவன் படியில் ஏறுவதற்கு முன் ஒரு கணம் வீதியைத் திரும்பிப் பார்த்தான்.

சந்தியிலிருந்து இரு இளைஞர்கள் இவனை நோக்கிக் கையசைத்தவாறே ஓடிவந்து கொண்டிருந்தார்கள்.

"பொக்குனி ... என்னடா?" இவன் புருவத்தை உயர்த்தி மெதுவாகக் கேட்டான். அவர்களின் 'ஷேட' வியர்வையில் ஒட்டியிருந்தது. மூச்சிரைக்க முன்னால் வந்து நின்றார்கள்.

"பரத்..! நாங்கள் உடனை இடத்தை மாத்தவேணும் ..." என்றவாறே ஏதோ மெதுவாய்ச் சொன்னார்கள். பரத் உடனே பரபரப்பானான்!

"அக்கா ... நாங்கள் போட்டு வாறம், சின்னக்காட்டை யும் சொல்லுங்கோ, நாலைஞ்சு கிழமைக்கு நான் இந்தப் பக்கம் வரமாட்டன் எண்டு ..."

அவன் கைகளை அவசரமாக விடுவித்துக்கொண்டு மெதுவாய்ச் சிரித்தான். அப்பவும் கன்னங்களில் குழிகள் விழுந்தன. இனம் புரியாத பரிதவிப்பில் நான் நிலையிழக்க ... நிலைமையின் அவசரம் நிமிடங்களைப் பிடுங்கி எடுக்க ... அவனின் கனிவான கண்கள் என்னைத் தழுவித் தழுவி ... நகர்ந்து செல்ல ... நிகரில்லாத பல சேதிகளை என்னுள் நிறையவே தூவிவிட்டு அழகான கனவாக ... அவன் மறைந்து விட்டான்!

பவானி மூசி மூசி அழுதாள், மூக்கைத் துடைத்தாள்!

"என்னையேன் ஒரு சொல்லுக் கூப்பிடேல்லை, பரத் என்னைப் பார்க்காமல் போயிருக்க மாட்டானே! எனக் கென்ன கேடுகாலம் வந்திச்சு ..?" என்று நீண்ட நேரமாய்ப் பொருமிப் பொருமிக் கண்ணீர் சிந்திக்கொண்டேயிருந்தாள்.

அவர் எதுவுமே கதைக்க முடியாத ஒரு வகை வேதனை யில் மௌனித்துப் போயிருந்தார்!

ஒரு நொடியில் அவன் வந்து, சிறு கனவாய்ச் சிரித்துப் போனது ... எனக்கும் மின்னலடித்த அதிர்ச்சி தான் என்று அவர்களுக்கு விளங்கப்படுத்தவே முடியவில்லை. பேசட்டும், நன்றாக என்னைப் பேசட்டும் என்று பேசாமலே இருந்தேன். பேசாமலிருந்து அவனுடன் பேசியதை நினைக்கப் பேரின்பமாய் இருந்தது!

பவானி வெட்டித் தந்த பப்பாளிப்பழம் இனிமையானதா என்பதை நான் கவனிக்கவில்லை. பரத்தின் நினைவுகள் அதைவிட இனிமையாய் இருந்தன!

அஞ்சரை மணிக்கு இந்திரகுமார் வந்து விட்டார். ஆனால் அப்பவும் பவானி தன் அழுகையை முற்றாக முடித்துக் கொள்ளவில்லை!

"பரத்தைக் காணாத பவானியோட... இனி என் பாடு திண்டாட்டம்தான்."

இந்திரகுமார் கிணற்றடியில் நின்றவாறே கதைத்துக் கதைத்துக் குளித்துக்கொண்டிருந்தார். குரல் மட்டும் கேட்டது, 'சோப்' வாசனையும் சேர்ந்து வந்தது. இரவு எங்களைத் தங்கிப் போகும்படி இரந்து கேட்டார்.

"ஏகப்பட்ட வீட்டு வேலைகளிருக்கு... இனி என்ரை பயண அடுக்குகளும் பார்க்க வேணும், வாசுகி வரவேணு மெண்டு ஒற்றைக் காலிலை நிண்டதிலைதான், எல்லாத்தை யும் போட்டது போட்டபடி விட்டிட்டு வெளிக்கிட்டனாங் கள். குறை நினைச்சிடாதையுங்கோ..." – என் கணவர் 'வெளிக்கிடுவமா' என்ற 'ஜாடையில் என்னைப் பார்த்துக் கண்ணசைத்தார்.

நாங்கள் புறப்படலாமென முடிவான போதே, பவானி அழுகையை மறந்து... எம்மோடு கோபிக்கத் தொடங்கி விட்டாள்!

"எல்லோரும் என்னை இங்கை தனியாய் விட்டிட்டு அங்கங்குப் போயிடுங்கோ..." ஏதேதோ முணுமுணுத்தவாறே இடித்து வறுத்த அரிசிமாவையும் வடாகப் பொதியையும் சேர்த்துக் கட்டிக்கொண்டுபோய் மோட்டார் சைக்கிள் பையினுள் வைத்தாள்.

நான் மேசையில் எடுத்து வைத்த ஆனை வாழைப்பழச் சீப்புக்களையும், தோடம்பழங்களையும், அம்மா கட்டித் தந்த பொரி விளாங்காய்ப் பொதிகளையும் காட்டி "அழுதழுது அதுகளை அழுக விடாமல் சாப்பிடுங்கோ" என்றேன்.

பவானி கவலையினூடு இலேசாகச் சிரித்தாள். இவர் பொக்கற்றினுள்ளிருந்த புதிய துபாய்க் கைக்கடிகாரத்தை எடுத்து இந்திரகுமாரிடம் கொடுத்தார். மகிழ்ச்சியில் பூரித்துப் போன இந்திரகுமாரின் முகம், நாம் மோட்டார் சைக்கிளில் ஏறும்வரை மாறாமலே இருந்தது.

  நிலவுக்குத் தெரியும்

பவானிக்கு மீண்டும் கண்களிற்குள் நீர் முட்டி மின்னியது!

'இ…இதென்னது, எ…எனக்குமா..?' இரு துளிகள் பொட்டென்று என் சேலையில் விழுந்தன.

'அவர் பழிக்கப் போறார்…' நான் அவசரமாகக் கண்களைத் துடைத்தேன்.

இந்திரகுமாரின் முகமலர்ச்சியெல்லாம் ஓடி ஒழிந்து விட்ட பின்னும் ஏனோ சிரித்துக் கொண்டு நின்றார்!

மோட்டார் சைக்கிள் புறப்பட்டது!

பவானி கையசைத்துக்கொண்டு வாசலிலேயே நின்றிருந் தாள். தூரத்திலும் அவள் கண்கள் மின்னிக்கொண்டிருப்ப தாய்த் தெரிந்தன!

மாலை வெயிற்சாரல் தேகம் முழுவதும் விழுந்து குழைந் தது! நான் நன்றாக அவரோடு ஒட்டிக்கொண்டிருந்தேன்.

மோட்டார் சைக்கிளின் வேகம் அதிகரிக்க அதிகரிக்க ஊர் மனைகள் யாவும் ஒரு கண்ணசைப்பினுள் கடந்து போயின!

'வல்லைவெளி'க்காற்று மெல்ல வரும் ஓசை எல்லையைத் தாண்டிக் கேட்கத் தொடங்கியது!

(லண்டன் ஜ.பி.சி.வானொலி சஞ்சிகையான *புலம்* 8ஆவது இதழிலில் ஏப்ரல் 1999இல் பிரசுரமானது).

யாசகம்

காற்று, மழை, மேகம், கடல், மலை, நதி, வயல்...
என்று அழகான தரிசனங்களைச் சுமந்தபடி மென்மை
யான மனிதமனங்களுடன் பின்னிப்பிணைந்து, நனைந்து
நாளெல்லாம் முக்குளித்து எழுதுகின்றேன்!

ஆயினும், திரும்பத் திரும்ப ஒன்றுவிடாமல்
என்னால் சரியாகப் புரிய வைக்க முடியவில்லை!

"வா, என்னோடு சேர்ந்து நின்று சில உயரங்களை,
சில உன்னதங்களைத் தரிசித்துப் பார்" என்று சொல்கிற
தைரியம் இப்போ என்னிடமிருந்து தப்பித்துப்போய்
விடுகிறது! எப்பவும் இரண்டு கண்கள் நெருப்புத்துகள்
களை என்னில் படரவிட்டபடி நகருகின்றன!

பூமித்தரையை முகர்ந்து, பரவி, எழுந்து, நெளிந்து,
வளைந்து, அலையலையாய் நகர்ந்து திரியும் ஆழிப்
பெருக்கின் அழகில் மயங்கித் திளைக்கும் மிகச்சிறு
கணங்கள்கூட மூர்க்கத்தனமாய் என்னிடமிருந்து
பிடுங்கியெடுபட்டு விடுகின்றன!

"இப்படித்தான் நீ நகரவேண்டும்..." என்று கோடு
களிட்ட மாயப்பலகையொன்று எச்சரிக்கையுடன் என்
முன்னால் நாட்டப்பட்டுள்ளது. அதுதான் என் வாழ்வுக்
குரிய வழிகாட்டி! அதனால் நானேதும் வலிகொள்
கிறேனா இல்லையா என்பது பற்றியெல்லாம் எவருக்குமே
பிரச்சனையில்லை!

வாழ்விற்கொரு வரையறையிட்டுப் போடப்பட்
டிருக்கும் விலங்குகளை என்னால் உடைக்கமுடியுமான
பலமிருந்தும், ஏதோ ஒன்று உறுத்திப் பார்த்தபடி என்னை
வெட்டவெளியில் நிறுத்தி வைத்திருக்கிறது!

அதற்காக, வாழ்வுக்கு வரைபடமிட்டுத் தந்த
வாழ்க்கைத் துணைவன் அவ்வளவு மோசமானவன்

                நிலவுக்குத் தெரியும்

என்று என்னால் வார்த்தைகளை வடிவாகத் தொகுத்து வெளி யேற்றும் பலம் இன்னும் வந்து சேரவில்லை!

என்றோ ஒருநாள் என்னுள் படிந்துபோன தூய காதல் உணர்வொன்றின் நிழல் என்னைப் பேசாப்பொருளாய் நெகிழவைக்கிறது!

என்னில் சரிபாதியானவனைக் காதலிக்கிறேன் என்பதை விட, "காதலித்தேன்" என்பது சத்திய சுத்தமாயிருக்கும்!

"வானம் எத்தனை உண்மையானதோ அத்தனை உண்மை யாய் அவன் என்னைக் காதலிக்கிறான் அல்லது நேசிக்கிறான் அல்லது ஆசைப்படுகிறான் அல்லது எல்லாமாகவும் அவஸ்தைப்படுகிறான்! அப்படித்தான் நம்புகிறேன்.

ஆனாலும் மண்ணின் தொடர்பிலிருந்து சில கணங்கள் விடுபட்டு, வானத்து வெளியில் உல்லாசமாய்க் கைகட்டி நின்றபடி, காற்றில் மிதக்கும் பூமியை ரசித்துமகிழும் சுகங்க ளெல்லாம் என்னால் திருட்டுத்தனமாகத்தான் பெயர்த் தெடுக்கப்படுகின்றன.

என்னுள் ஆக்ரோஷமாய்ப் புகுந்து, என் நரம்புகளைக் கிளறி, தீயைப் பரப்பிவிட்டு, எரிந்து, சுருண்டு, நான் தலை குப்புற விழுகிற வேளைகளை ஆவலுடன் காத்திருந்து, அக் கணத்தில் அவன் என்னை அதிகமாய்க் காதல் செய்கிறானாம்!

என் சின்னச் சின்ன சந்தோஷங்களெல்லாம் பறிபோகிற கணங்கள்தான் அவனால் காதலிக்கப்படுகின்றனவென்றால் – அக்கணங்களிற்காகவே நான் காத்திருக்கலாமே என்று காற்று என் காதுகளிற்குள் பரிகாசம் செய்கிறது!

ஆயினும் – வாழ்க்கை என்னவோ அழகாகத்தான் இருக் கிறது! லண்டன் பூங்காக்களில் பூத்துக்குலுங்கும் பெயர் தெரியாத பெரியபெரிய மரங்களைப் போல, வாசனையேது மற்ற வண்ணப் பூக்களைப்போல, மொழிமறந்த உதடுகள் தரும் கவர்ச்சிப் புன்னகையைப்போல, வாழ்க்கை அழகாகவே தான் இருக்கிறது!

"நலம்தானே?" என்று கேட்டால் பதில் கூறி முகம் மலர முடியாத அவஸ்தை மட்டும் பின்னிப்பிணைந்து அழுத்துகிறது!

சின்ன வயதில் – முற்றத்து வேப்பமரத்துக் கிளைகளில் தொங்கிய பின்னலிட்ட கயிற்று ஊஞ்சலில், ஏகாந்தமாய் ஆடிக்களிக்கிற பொழுதுகள் தான் அடிக்கடி என்னுள் அலைமோதிக்கொண்டேயிருக்கிறது.

ஊஞ்சலைப் பின்னே இழுத்தபடி கால் பாதங்களைத் தரையில் உந்தி, காற்றைக்கிழித்தபடி முன்னே பறக்க...

<table>
<tr><td>சந்திரா இரவீந்திரன்</td><td style="text-align:right">❀ 89 ❀</td></tr>
</table>

ஊஞ்சல் உல்லாசமாய் முன்னும் பின்னும் அசைந்துகொண்டே யிருக்கும் !

வேப்பங்கிளைகள் ஒன்றுடனொன்று உரசப் பூக்கள் வாசனையைத் தெளித்தபடி ... வெள்ளை மணலில் விட்டு விட்டுச் சிதறும் !

காற்றின் தழுவலோடு ... கனவுகளும் நினைவுகளும் கலந்துகலந்து, மலரத் தொடங்கும்.

பகலில் பார்க்கமுடியாத நட்சத்திரங்கள் பற்றியும், திரள்திரளாய் முடங்கிக்கிடக்கும் முகிற்கூட்டங்கள் பற்றியும், முதன்முதலாய் நீல ஆம்ஸ்ரோங் கால்பதித்து வந்த சந்திர மண்டலம் பற்றியும் வேப்பமரக் கிளைகளைப் பிரித்தபடி வந்து, வெள்ளைமணற்பரப்பில் நெருப்புக்கோளமிடும் சூரியக் கதிர்கள் பற்றியும், யாரின் உதவியையும் எதிர்பாராமல் இயங்கியபடியே இருக்கும் பூமியைப்பற்றியும், மனித ஜீவ அவதாரங்கள் பற்றியும், மூப்பும் பிணியும் சித்தார்த்தரைப் புத்தராக்கியதுபற்றியும், இன்னுமின்னும் என்னென்னவோ சிகரங்களையெல்லாம் தரிசித்து, மீண்டும் சிறு குழந்தையாய் முற்றத்து வளவில், முளைத்து நிற்கும் மூக்குத்திப்பூண்டின் அழகில் மெய்மறந்து போய்க்கிடக்கும் பொழுதுகள்கூட ... இப்பவும் என்னுள் மெல்லிய காற்றென நினைவுகளைச் சீண்டிவிட்டுப் போகிறது !

ஊஞ்சல் அசைந்து ... அசைந்து ஒருவழியாய் ஓய்ந்து விடும் – அது தெரியாமல் ஒய்யாரமான நினைவுகளில் மிதந்து கொண்டேயிருப்பேன் !

அம்மா சொல்வாள், "முற்றத்தில் காயவைத்த ஊறுகாயை, ஒடியல் சரங்களைக் கோழியும் காகமும் தட்டிவிடாமல் கவனித்தபடி, ஆறாம் வாய்ப்பாட்டை அக்குவேறு ஆணி வேறாய்ப் பாடமாக்கு ..." என்று.

என் ஏகாந்தமும் எண்ணற்ற கற்பனைகளும் எத்தனை நாள் அம்மாவை ஏமாற்றிவிட்டிருக்கும் ! ஏமாற்றத்தின் உச்சத் தில் பொங்கியெழும் சினத்தைக் கண்களிற்குள் புதைத்து, அவை சுருசுருவென்று சிவந்துவர, ஐந்தறிவு ஜீவன்களையெல் லாம் வாயால் இழுத்துவைத்துச் சரமாரியாகக் கொட்டுவாள் !

மண்ணில் விழுந்த ஒடியல் சரங்களையும் கோழி தட்டி விட்ட ஊறுகாய் ஜாடிகளையும் 'ணங் ணங்' கென்று மண்ணில் தேய இழுத்து நிமிர்த்தி, சீர்ப்படுத்தியவாறே கீச்சுக் குரலில் பொரிந்து தள்ளுவாள். என் முதுகில் விழவேண்டிய ஒவ்வொரு அடியும் பற்களை நெரித்துக்கொண்டு வெளியேறிக் காற்றில் கரைவதும், அவளின் கண்களிற்குள் புகுந்து கரணமடிப்பதுமாய் இருக்கும் !

  நிலவுக்குத் தெரியும்

எனக்குக் கவலை வரும்! அம்மா என்னைத் திட்டுகிறாளே என்ற கவலையைவிட அம்மா படுகிற அவஸ்தையில் இரக்கம் வரும்!

திடுமென்று வானத்திலிருந்து பொத்தென்று விழுந்துவிட்ட வேதனையோடு திராணியில்லாமல் மௌனித்துப்போய்க் கிடப்பேன்! கண்கள் குளமாகி விடும்! உதடுகள் இறுகிச் சுருண்டுபோய்விடும்! கண்ணீர்த் தழும்பலினூடாய் அம்மா இரட்டை இரட்டையாக அசைந்துகொண்டிருப்பாள். முன்னால் தெரியும் மரங்களெல்லாம் அங்குமிங்குமாய் நெளிந்தபடி நகரும்.

அம்மாவின் பரபரப்பு அடங்குகிறபோதே திட்டலும் ஓய்ந்துவிடும். பரிதாபமாக என்னை ஒரக்கண்ணால் பார்ப் பாள். கடைக்கண்வழியாய்க் கருணை பொங்கித் ததும்பும்! அக்கணமே என் மனமெல்லாம் 'புசுபுசு'வென்று பஞ்சாகி மிதக்கத் தொடங்கிவிடும்!

அம்மா அழைப்பாள், மிகவும் அன்பாய் அழைப்பாள். குறுகுறுக்கும் என் கண்களின் ஆழத்தில் தேங்கிக் கிடக்கும் சாந்த வெள்ளத்தில் லயித்தபடி, மெதுவாகப் புன்னகைப்பாள். அரிசிப்பொரியும் தேங்காய்ச் சொட்டும் அள்ளித் தருவாள்! எனக்குச் சந்தோஷத்தில் அழுகை வரும்! "அம்மா பாவம்..." என்ற உணர்வு நெஞ்சினுள் வரிகள் வரிகளாய் விரியும்! அம்மாவைக் கட்டிப்பிடிக்கவேண்டுமென்று கைகள் முறு முறுக்கும்! ஏதோவொன்று பொங்கிப்பிரவகித்து, என் இதயத்தை நனைப்பதுபோலிருக்கும்! ஆயினும் மௌனமாய் அரிசிப்பொரியைக் கொறித்தபடி இருப்பேன்.

எல்லோரும் மும்முரமான விளையாட்டில் வேலியோரம் கிடக்கும் வெள்ளை மணற்கும்பியைச் சிதறடித்துக்கொண்டு ஓடித்திரிவார்கள். சின்னண்ணாவின் பிடிவாதக் குரல் உச்சஸ் தாயியில் சுவர்களைத் துளைத்துக்கொண்டு வந்து காதுகளை அறைந்தவண்ணமிருக்கும்.

மணற்கும்பி தன்னந்தனியாக, நிசப்தமாக இருக்கிற வேளைகள்தான் எப்பவும் எனக்கு இனிமையாக இருப்ப துண்டு! அதனை அளைந்து, குடைந்து, விரல்களினால் வாரிக் குவித்துக் கோடிட்டு, படம் போட்டு, உருண்டு, தவழ்ந்து, துள்ளி, விழுந்து நானும் அதுவுமாய்க் கலந்து மகிழ்கிற தருணங்கள் எப்போதாவது எனக்குக் கிடைப்பதுண்டு! அத்தருணங்களிற்காகவே காத்திருப்பதுபோல அம்மாவும் மணற்கும்பியைச் சுற்றச்சுற்றி வந்தபடி அலுவல் பார்த்துக் கொண்டு திரிவாள். மணற்கும்பியில் சரிந்து வானத்தைப் பார்க்கிறபோது அம்மானவத் தொட்டுக்கொண்டு இனிமை யான கனவுகள் விரியும்!

அம்மா சமைக்கும்போது கிளம்பும் கறிகளின் வாசனை
யும் தாளிதமும் என் மூக்கைப் பிடுங்கி இழுத்துக்கொண்டு
போய் அடுப்பங்கரையில் நிறுத்திவிடும்!

அவள் மெல்லிய புன்னகையோடு என்னைத் திரும்பிப்
பார்க்கிற கணங்களிலெல்லாம் அடுப்பொளியில் அவள்
மூக்குத்தி பளீரென்று மின்னலடிக்கும்! அந்த ஒளியோடு
கலந்துவரும் அவளின் அழகான புன்னகைக்கு ஈடாக
இவ்வுலகில் எதுவும் இருந்துவிடாது என்று என் மனம்
அகங்காரப்படும்!

காசிப்பிள்ளை வந்து அரிசி இடிக்கும்போது, அம்மா
முற்றத்தில் அடுப்புமூட்டி மாவறுத்துக்கொண்டிருப்பாள்.
விளாசி எரியும் தீக்கங்குகளின் வெப்பத்தில் அம்மாவின்
முகம் சிவப்பாகி, வியர்வை கொட்டும். நான் அம்மாவையும்,
அடுப்பிலிருந்து கிளம்பும் நெருப்பின் ஒளியையும் மாறிமாறிப்
பார்த்தபடி அருகில் தவம் கிடப்பேன்.

அம்மா கத்துவாள்; தள்ளிப்போகும்படி திட்டுவாள்.
ஆயினும் அசைய மாட்டேன்; அப்படியே மண்ணில் அமர்ந்து
விடுவேன். என் சுருள் முடியில் மாத்துகள்கள் பறந்து வந்து
படிந்துகொள்ளும்.

பின்பு மாலையில், அம்மா இழுத்துவைத்து என் தலைக்குக்
குளிக்க வைப்பாள். திட்டித்திட்டி முதுகு தேய்த்துக் கழுவி
விடுவாள். ஒவ்வொரு திட்டல் வரியும் காரசாரமில்லாமல்
வழமையான பாடல்போல் மெட்டுக்கட்டிய பல்லவிபோல்
வந்துகொண்டிருக்கும். அதன் இனிமையில் ஏகாந்தமாய்ப்
புலன்களை எங்கோ பறக்கவிட்டபடி குளித்துக்கொண்டிருப்
பேன்.

அம்மா திட்ட, என் மனம் சுட்டதாய் எனக்கு எப்பவும்
ஞாபகமில்லை! ஆனால் மனம் சுடுகிறபோதெல்லாம் அம்மா
வின் மெல்லிய நிழல் ஒன்று வந்து என்னைத் தழுவாமல்
சென்றதுமில்லை!

என்றோ ஒருநாள், அக்கினியின் தீக்கங்குகள் முகத்தில்
செம்மையுடன் படர, நிலம் நோக்கிய விழிகளுடன் அம்மியில்
கால்பதிக்க, மெட்டியொன்று என் விரலிடுக்கினூடாய்ப்
புகுந்துகொண்ட கணத்தில்தான் அம்மாவின் நினைவுகளை
அடியோடு தொலைத்தேனா என்பது இப்பவும் என் தேடல்
தான்!

ஏதோவொரு பந்தத்தில், முரட்டுத்தனமான நம்பிக்கையில்,
என்னுடையவற்றையெல்லாம் ஏகாந்தமாய்ச் சுலபமாய்த்
துறந்துபோன சேதிகள் அந்தமில்லாத அந்த வானிற்குத்
தெரியும்; என்னைச் சுமந்து திரிகின்ற காற்றிற்குத் தெரியும்!

வேதனையும் கசப்பும் நிறைந்த, கண்ணீர் முட்டி வழிகிற போதெல்லாம், என்னில் ஒட்டிக்கிடக்கும் இன்னோர் பாதியைப் பிடுங்கியெடுக்கப் பிரயத்தனப்படுகிறேன்!

இப்போதான் என் முகவரியின் முதல் வரியை முழுமை யாகப் படிக்கத் தொடங்கியிருக்கும் என்னவன், பிரியமான என் சிந்தனைக்குள்ளிருந்து எனைப் பிடுங்கியெடுத்து நேசிக்கும் பெருமகன், எனக்காக இன்னோர் உலகைத் தேடிப்பிடித்துவந்து பரிசளிக்கப் போகின்றானாம்!

இனிமையான இந்த வேடிக்கையில், நான் இயல்பான என் சிறகுகளை ஒடித்துவிட்டு, அவன் விரும்பும் ஒரு சிறகைக் கடன் வாங்கிக் கட்டிக்கொண்டு அந்தரத்தில் பறந்து திரிந்து விட்டு, அவனின் அழகான கால்களிற்குள் வந்து விழுந்துவிட வேண்டும்!

ரசம் நிறைந்த அந்தக் கணங்களிருந்து நகர விளைகிற வேளைகளிலெல்லாம், என் மூச்சுக்காற்று என் முகத்திற்கே திரும்பி வந்து அறைகிறது!

என் சுவாசத்திற்காசத் தன் மூச்சுக்காற்றையே தந்துவிட முயல்பவன், நசிந்துகொண்டிருக்கும் என் இதயத்தை மட்டும் இன்னும் தன் அழகான விரல்களினின்று விட்டபாடில்லை!

என்னை என்போலவே, இனிமையான அமைதியான பாதையில் பறக்கவிட்ட என் அன்னையை எண்ணி இதயம் இப்பவும் யாசகம் செய்கிறது!

நீண்டு பரந்த நீலவானத்தின் அடியில் காற்று நிறைந்த சுதந்திரவெளியில், சிறகுகள் உடைந்து துடித்துக்கொண்டிருக் கும் அழகுப் பறவைகளை நான் எப்பவும் பரிதாபத்துடன் பார்த்தபடி கிடக்கிறேன்!

என்னிலிருந்து விரியும் பார்வைகளினூடாக வந்து விழும் பிம்பம், "உன்னால் முடியும்... உன்னால் முடியும்..." என்று ஒரு உற்சாகச் சேதியை உச்சாடனம் செய்கிறது!

விழுந்துகிடப்பனவற்றையெல்லாம் உசுப்பிவிட, என் னொருவளின் ஒற்றைக் குரலுக்குச் சக்தியுண்டு என்ற நம்பிக்கையோடு நான் கூவத் தொடங்குகிறேன்!

(கண்ணில் தெரியுது வானம் – இங்கிலாந்திலிருந்து வெளியாகிய உலகளாவிய தமிழ்ப் படைப்புகள் தொகுப்பில் 2001இல் பிரசுரமானது)

காற்று

கனவுகள் இனிமையாக இருந்தன. மேகப் பொதிகளினூடாய், பசும் புற்களின் மேலாய், வியர்வை யின் வாடையற்ற வாசனைத் தரைகளின் வண்ணப்பூச்சு களினிடையாய், சொர்க்கத்தின் கூரையைத் தொடுவதும் குதிப்பதுமாய்க் கனவுகள் மிதந்தன!

மாலைக் குளிரின் சிலிர்ப்பும், நிலத்தின் அடியி லிருந்து வீசும் வெயிலின் கடுப்பும் ஆறாமல் உடலை இரண்டு படுத்திக்கொண்டிருந்தபோதும் கனவுகள் விரிந்துகொண்டேயிருந்தன!

நியாமியின் பகல் வெயிலும் இரவுக் குளிரும் ஒன்றிற்கொன்று ஒட்டாமல் மனிதர்களைத் தூக்கி யடித்துக்கொண்டிருந்தது!

சற்று முன்னர்தான் மரங்களிலிருந்து தாவிக் குதித்து இறங்கி வந்தவர்கள்போல ஒவ்வொருவரின் தோற்றமும்! அந்தக் கிழட்டு விடுதியின் மொட்டை மாடியில் நின்று பார்ப்பது மிகவும் சுவாரஸ்யமாய் இருக்கும்.

அதற்காகவே காத்திருப்பதுபோல இரவு உணவருந் தும் நேரம் பார்த்து அவள் மொட்டை மாடிக்குப் போய் விடுவாள். சூரியன் மிகவும் ஆரவாரப்படாமல், சின்ன வட்டத்துக்குள் அடங்கி ஒளி முழுவதையும் பூமியில் பாய்ச்சிக்களைத்த தோரணையில் பவ்வியமாய் ஒதுங்கிப் போய் நிற்பான்! விழிகளை விரித்து விரித்துப் பார்த்தாலும் மணிகள் சுருங்காது!

வீதியில் கூக்குரல்கள் கேட்கும். இவள் முழங்கை களை மாடியின் அரைச் சுவரில் ஊன்றியபடி நெடு நேரம் அப்படியே நிற்பாள்.

   நிலவுக்குத் தெரியும்

முன்னால் ஒரு பள்ளிவாசல்! எட்டு மணித் தொழுகை ஒலிபெருக்கியூடாய் அந்த நகரம் முழுவதையும் ஆக்கிரமிக்கும்.

அந்த நேரம் தொழுகைக்குச் செல்லாத பெண்கள் தான், அந்த வீதியில் அதிகமாய்த் திரிவார்கள்.

குழந்தைகளை முதுகில் சேர்த்துக் கட்டிவிட்டு எண்ணுக் கணக்கற்ற சுமைகளைத் தலையில் தாங்கிக்கொண்டு உடலை அதற்கேற்பச் சமப்படுத்தி நடப்பதினால்தானோ, இந்தப் பெண்களின் பிருஷ்டம் இப்படி மலையென மிதந்து நிற்கின்றது!

ஓட்டகத்தின் சுட்ட இறைச்சியைத் தடிகளில் குத்தி இப்பவும் ஒருவன் விற்றுக்கொண்டு திரிகின்றான். கீழே சமையல் பகுதியில் தடல்புடலாய்ச் சாப்பாட்டுப் பாத்திரங்கள் இடிபடும் ஓசை கேட்டுக்கொண்டிருந்தது.

"இந்த சிறிலங்கன்ஸ் வந்ததிலிருந்து ஒரே மிளகாய்த்தூள் கமறலும் பருப்புக் கறி வாசனையும் தான்" என்று விடுதிக் காரக் கிழவன் கூறியது எத்தனை உண்மை. இரவு பாணும் பருப்புக்கறியுமாய்த் தான் இருக்கும் இன்றைக்குக் கமலாக்கா வினதும் அனுசியாவினதும் சமையல் முறை!

சாப்பிடக் குந்தும் இருபத்துமூன்று பேரும் அவர்களின் கறியைப் புகழ வேண்டும் என்ற ஆவலில் நன்றாகவே உள்ளி மிளகு குற்றிப் போடுகின்றார்கள் போலும்! வாசனை மூக்கைத் துளைத்தது.

சூரியன் முற்றிலும் காணாமல் போய் விட்டான். வளர்பிறை முகிலுக்குள் மறைந்து நின்றது. வீதிக் கம்பங்களி லிருந்து வரும் மஞ்சள் ஒளி, மொட்டை மாடியில் சில கட்டிடங்களின் நிழல்களைத் திட்டுத் திட்டாய் விழுத்தியிருந் தது. "றஞ்சினி..." என்ற கிசுகிசுப்பான குரல்! திடுக்குற்றாள். காற்றுக் கூந்தலை அளைந்துகொண்டிருந்தபோதும் உடல் முழுவதும் வியர்ப்பதான உணர்வு!

"என்ன இது?! காற்றோடுதான் அவர் குரல் வந்ததோ? அல்லது இதயத்தைப் பிரித்துக்கொண்டு வந்து சீண்டுகின்றதோ?"

கை கோர்த்த மூன்று மாதங்களில் அவனை விட்டு வெகுதூரம் போய்விட்டதிலிருந்து அடிக்கடி கேட்கும் காற்றுச் சீண்டல் இது! கணவர் பின்னால் நிற்கும் மாயத் தோற்றம்.

கைகளை விசுக்கி விசுக்கி நீண்ட பாதங்களை ஊன்றிப் பதித்து நிமிர்ந்து நடந்து வரும் மெல்லிய அதிர்வு. உதடு களிடை மலரும் புன்னகை. கண்களுக்குள் ஓடி விளையாடும் குறும்பு. காற்றெல்லாம் ஒரே வாசனை வீசும்! அது அவரின் வாசனை! அவருக்கே உரிய வாசனை!

அவரின் ஷேட்டில், றவுசரில், சாரத்தில், துவாயில், தலையணையில், பிறிவ்கேசில், சப்பாத்தில், சீப்பில், கைக்குட்டையில், கடிதங்களில்... எங்கெல்லாம் அவரின் உடைமைகள் இருக்கின்றதோ அங்கெல்லாம்..! என்னைத் தொட்டபின் என்னிலும் சில கணங்கள்..! இப்போ என் நாசியில் நிரந்தரமாய்..!

எனக்குப் பைத்தியம், புருஷ பைத்தியம், என் ஆளுமை யையே அபகரித்துக்கொண்டு போகின்ற அதிர்ச்சி! நொந்து நொந்து உருகிக்கொண்டே போகிற நோயாளி மாதிரி... வாழ்க்கையைக் கனவுகளாகவே கழித்துக்கொண்டிருக்கிற பைத்தியம்..!

அவளுக்குச் சிரிப்பு வந்தது. சுயப்பிதற்றலை எண்ணிச் சிரிப்பு வந்தது. "றஞ்சனி அடி றஞ்சனி..." உண்மையாகவே மொட்டை மாடித்தரை அதிர்கின்றது.

"பருப்புக்கறி முடியப் போகுது... பாண் ஒரு துண்டுதான் கிடக்குது. ஓடிப்போய்ச் சாப்பிடு" கமலாக்கா கத்திக்கொண்டு வந்தா. அவவிற்குப் பின்னால் சாப்பிட்டு முடித்த பரிவாரங் கள். "றஞ்சனி அக்காவுக்கு... இனி லண்டனிலை இருந்து ஒரு call வந்தால் தான் ரொனிக் குடிச்ச மாதிரி இருக்கும். அதுக்குப் பிறகு தான் அவவுக்குப் பசி வரும்..."

"சும்மா இரடி அனு; உனக்கிந்த சோகம் ஒண்டும் இப்ப விளங்காது. சுவிஸ்க்குப் போன பிறகு கொண்ணன் பார்த்து வைச்சிருக்கிற பெடியனுக்குத் தலையைக் குடுத்த பிறகுதான் உந்தக் கண்றாவிகள் விளங்கும்..." சிரிப்பலைகளால் மொட்டை மாடி அதிர்ந்துகொண்டிருந்தது.

அவர்கள் உலரப் போட்ட உடைகளை அள்ளியெடுத்துக் கொண்டு படியிறங்கினார்கள்.

"வாடி சுவருக்கு மிண்டு குடுத்தது காணும்; மனுசன் அங்கையிருந்து லட்சம் லட்சமாய்க் கட்டிப் போட்டுக் காத்துக்கொண்டு கிடக்கிறார்; நீ உதிலை வந்து நிண்டு நிண்டு, சாப்பிடாமல் குடிக்காமல் காய்ஞ்ச சுள்ளியாகவே போய்ச் சேரப் போகிறாய்..?"

"போங்கோ வாறன்..." அவள் சற்றே தாமதித்தாள். இப்ப... உடனே கீழே போனால், பெடியங்கள் எல்லோரும் என்ரை முகத்தைத்தான் விண்ணாணமாய்ப் பார்த்துக்கொண்டு நிப்பாங்கள். ஏதும் சொட்டைப் பகிடியும் விடுவான்கள்..."

பத்து நிமிடங்கள் கழித்துப் படியிறங்கினாள். சமையலறை இரண்டுபட்டுக் கிடந்தது. அடிச்சட்டியில் கொஞ்சம் பருப்புக்

கறி! கமலாக்கா சொன்ன பாண் துண்டைத் தேடிப்பார்த்தும் அங்குக் காணவில்லை! இவள் யோசித்துக்கொண்டு நின்றாள். மங்கை, கண்ணாடியைக் கழற்றிவிட்டு வந்து நின்றா. முகம் வேறு மாதிரி இருந்தது.

"கழுதைகள் ..., மூக்குப் புடைக்கச் சாப்பிட்டிட்டுக் கழுவாமலே போட்டுடுதுகள்" நாறல் அர்ச்சனைகளோடு பாத்திரங்களை ஒழுங்குபடுத்திக் கழுவத் தொடங்கினா.

இவள் தரையைக் கூட்டி அள்ளிக்கொண்டிருந்தாள். "றஞ்சினி..., கனநேரமாய் உம்மை இந்தப் பக்கம் காணேல்லை, சாப்பிட்டனீர் தானே?" என்று சந்தேகமாய்க் கேட்டா.

"இல்லை... ஒரு பாண்துண்டு இருக்கெண்டு கமலாக்கா சொன்னா: ஆனால் காணேல்லை..." அவள் கூறியவாறே தேநீர் ஊற்றத் தயாரானாள்.

"கடவுளே!... எந்தக் காய்ஞ்ச மூதேசி அதையும் விழுங்கிச்சோ?..." – மங்கை தனக்கேயுரிய தனித்துவப் பதங்களை ஊசிகளாய் வீசியெறிந்து கொண்டிருந்தா. அவவுக்கு ஜேர்மனியில் மாப்பிள்ளை, தாலிக்கு ஓடர் கொடுத்திட்டுக் காத்துக் கொண்டிருக்கிறார். சொந்தச் செலவில் அவரே கூப்பிடுகிறார்.

நியாமியில் நின்ற இந்தப் பதினெட்டு நாட்களும் போனில் கதைத்துக்கொண்டேயிருந்தா. இருபத்தெட்டு வயசிலும் நாற்பது வயதுக் காரியின் பேச்சும் மிடுக்கும் அனுபவ அறிவும்! எல்லோரது கைகளையும் விரித்து விரித்துச் சாத்திரம் கூடப் பார்க்கிறா!

"றஞ்சினியின் கணவர் சொக்கத் தங்கம், இவள் லண்டனிலை கால் வைச்சதும் ஓகோ என்று உயரப் போகிறாள்..." என்றும் சொன்னா. இவளுக்கு அப்பவும் சிரிப்பு வந்தது. 'லண்டனிலை கால் வைச்சதும் உடனை என்ன நடக்கப் போகுது எண்டது எனக்கெல்லோ தெரியும்...' 'நான் வரப்போகிறனென்று இரண்டறை வீடொன்று ஒழுங்கு படுத்திப் போட்டாராம்...'

'நானமர்ந்து கவிதையெழுத ஒரு மேசையும் ஆனந்தமாய் சயனிக்க ஒரு Royal கட்டிலும், நீராட ஒரு மலர்த் தொட்டி யும்... பிறகு, பின்னுக்கு ஒரு புல்லுப் பூங்காவும் பசியெடுக்கும் போதெல்லாம் ருசிருசியாய்ச் சாப்பிட வகைவகையாய் உணவு வகைகளும், அப்புறம்.. அழகழகான குளிருடைகளும்... என்று ஏகப்பட்ட ஏற்பாடுகளாம்..!'

சந்திரா இரவீந்திரன்❀ 97 ❀

"வந்திடு ரஞ்சினி ... கெதியா வந்திடு ..." என்கிறபோது, மூச்சுக்காற்று, தொலைபேசியை நொறுக்கிவிடும்போல் தவிக்கிறது!

'இராப்பகலாய் Over time செய்கிறாராம்; ரஞ்சினி வந்த பிறகு ரெண்டு மாசம் வேலைக்குப் போகாமலிருக்க ...'

அவள் தேநீரை உறிஞ்சிக் குடித்துக்கொண்டிருந்தாள். மங்கை எல்லாம் கழுவி வைத்துவிட்டுப் படுக்கைக்கு இடம் பிடிக்க ஓடிவிட்டா. பத்துச் சதுர அடி அறையில், பன்னி ரண்டு பெண்களுக்கிடையில் மூச்சு முட்டித் திணறாமல் படுக்க வேண்டுமென்றால் இந்த அவசர நித்திரை அவசியம் தான்!

ஆண்கள் Down floorஇல் உள்ள பெரிய அறையில் பாணும் பருப்புக் கறியும் கொடுத்த உசாரில் பெரிய சத்தமாகக் கதைத்துக்கொண்டிருந்தார்கள்.

நாளைக்கு யார் அனுப்பப்படப் போகினம் ...? நினைவு களூடே கேள்விப் பொறியும் மின்னி மின்னிக் குறுக்கிட்டது!

அடுத்து வந்த மாலையிலும், வெப்பமும் குளிரும் கலந்து பிசைந்துகொண்டுதானிருந்தது. ஆனால் சூரியனின் அமைதி யும் போதை நிலையும் அழகாயிருந்தது! இரவு வானில் நட்சத்திரங்கள் கொள்ளையாய்க் கண்சிமிட்டுமென்றே தோன்றியது. முகில்கள் வெண் பஞ்சாய் அள்ளுண்டு தவழ்ந் தன! இடையிடையே நீலவெளித்துளிகள் வேவு பார்த்துக் கொண்டு மறுபுறம் நகர்வதாய்ப் பாவம் காட்டின!

அழகான நெல் நதியின் ஒரு துண்டு நியாமியின் பெருந்தெருவைக் கிழித்துக்கொண்டு கீழாக ஓடியது! பாலத் தின் கம்பிகளைப் பற்றியபடி எல்லோரும்! "இதுவா ... உலகப் புகழ்பெற்ற நைல் ..?" வெப்பம் தாளாமல் பொங்கி ஆவியாகி, இப்போ நன்றாக வற்றி ... திட்டுத் திட்டாய்க் குளம் கட்டிக்கொண்டு நிற்கிறது!

சூரிய ஒளியின் செம்மை கலந்து காற்றின் அசைவில் அங்கங்குப் பளீரிடுகிறது! கிழக்குத் தொலைவில் மட்டும் அகன்ற மஞ்சள் நீர்ப் பரப்புப் பளபளப்போடு அசைந்து கொண்டிருந்தது!

ஆனாலும் சிறுவர்கள் பாலத்தை அண்டியிருந்த சேற்றை யும் நீர்த்திட்டுகளையும் பொருட்படுத்தாமல் கோவணத் துண்டுகளுடன் தாவிக் குதித்துக்கொண்டு திரிந்தார்கள். குமாரின் குரல் பின்னால் கேட்டது.

"பெனினை விட இது பரவாயில்லை…" "ஐய்…யோ தண்ணீரே இல்லாத அந்த பெனின் காட்டில்… இன்னும் இரண்டு நாள் நிக்கிறதைவிட, இலங்கை ஆமிக்குக் கிட்டப் போய் நிண்டு துணிஞ்சு கண்ணடிக்கலாம்…" எல்லோரும் மங்கையைத் திரும்பிப் பார்த்தார்கள்.

"குஸ்குஸ் ஒரே குஷியாக இருக்கிறார். இரவைக்குக் குஸ்குஸ் தான்… போலை…" அனுசியா மெதுவாய்க் கூறினாள். சிரிப்பலைகளில் பாலக் கம்பிகள் அதிர்ந்தன.

"குமாருக்கு 'குஸ்குஸ்' பட்டம் வைச்சதைப்பற்றித் தெரிய வேணும், அவ்வளவுதான்! பிறகு பாணுமில்லை பருப்புக் கறியுமில்லை…"

"அவர் ஜேர்மனியில ஒரு வருஷம் இருந்த பிறகு திருப்பி அனுப்பிப் போட்டாங்களாம்! அந்த ஒரு வருஷமும்… அங்கையொரு ரெஸ்ரோரண்டில வேலை பார்த்தவர் எண்டதுக் காக, பாணும் பருப்பும் வாங்கக் கடைக்கு அனுப்பினால் 'குஸ்குஸ்' ம் ரின் மீனும் வாங்கி வந்து சமைச்சுத் தள்ளுகிறார். நல்ல சத்துணவாம் ருசியாம் சாப்பிட்டாம்…"

பழக்கமில்லாத உணவு என்றாலும் பலருக்குப் பிடிக்க வில்லையென்றாலும் யாரும் முகம் சுளிக்கவில்லை.

ஜெகதீசனின் கணிப்புப்படி குமார் அனுபவசாலி என்ப தால் எல்லோருக்கும் அவர் தான் பொறுப்பு. பாணும் பருப்பும் வாங்கி வருவதற்கும் அவர்தான் பொறுப்பு. எல்லோரும் நல்ல ருசி என்றே சாப்பிட்டார்கள்!

திடுமென்று கருமுகில்கள், பஞ்சுப் பொதிகளை உருட்டித் தள்ளிவிட்டு நுழைகின்றன! சூரியன் எங்கோ தொலைந்து விட்டான்! பாலக் கம்பிகளில் 'ணங்ணங்' என்ற ஓசையுடன் வேகமாகச் சில மழைத்துளிகள்!

கூதல் காற்றில் உரோமக் கணுக்கள் சிலிர்த்துக்கொண் டன! எல்லோரும் கைகளால் தலையைப் பொத்தியபடி!

இவள் மட்டும் இருளும் வெளியைத் துளைத்துக்கொண்டு, காற்றில் கண்களை அலைய விட்டபடி!

நைல் நதிக் கரையிலும் நானுந்தன் நினைவுடன்!
காற்றிலும் சேற்றிலும் நானுந்தன் கனவுடன்!
மழையிலும் குளிரிலும் நானுந்தன் அணைவுடன்!
கடும் வெயிலிலும் கூட நானுந்தன் நிழலுடன்!

நைல் நதிக்கரையிலும் கனவுகள் விரிந்தன! காற்றில் அலைந்தன! முகில்களைத் தொட்டலைந்து சூரியனைத்

தேடி ... விடை தெரியா வினாக்களைத் தொடுத்துவிட்டு மீண்டும் மீண்டும் அவள் உணர்வுகளைச் சுற்றின!

"சரி ... நாங்கள் நடப்பம், மழை பெருக்கப் போகுது போலை கிடக்குது ..." கமலாக்கா சொல்ல எல்லோரும் விடுதி நோக்கி நடக்க ஆரம்பித்தார்கள். அவர்களையறியாமலே சின்னச் சின்ன சிநேகக் குழுக்களாய் நகர்ந்துகொண்டிருந் தார்கள்.

விடுதி வாசலில் அந்தச் சிறுமி! மூன்று நாட்களுக்கு முன் வந்த அதே சிறுமி! இவளுக்குத் தூக்கி வாரிப்போட்டது. சட்டென்று உணர்வுகளெல்லாம் ஒடுங்கிப் போய் நெஞ்சில் பாரமேறுகிற ஒரு தவிப்பு!

வழித்துத் துடைத்து வடித்தெடுத்த கருஞ்சிலை போல் சிறுமி நின்றாள். தலையில் பாத்தி பாத்தியாய் வகிடு பிரித்து ஏராளம் பின்னல்கள்! பருத்திச் சட்டையும் சின்ன பாவாடையும் அணிந்திருந்தாள். தென்னம்பூவிதழ்களை உடைத்துக்கொண்டு கிளம்பும் சின்ன குரும்பைகளின் மலர்ச்சி!

இவளைப் பார்த்து இலேசாகச் சிரித்தாள். மூன்று நாட் களின் முன் இவளோடு மூன்று வரிகள் பேசிய ஞாபகத்தின் சிரிப்பு அது.

சிரிப்பினூடே அந்தத்தினம் தான் இவளுக்கு ஞாபகம் வந்தது. அன்றைக்கு யாரோ ஒரு பெரிய புள்ளி அங்கு வந்திருந்தான். சரிகை உடைகளால் போர்த்து மூடிக் கொண்டு கைவிரல்கள் மின்ன, வெள்ளை நிற 'பென்ஸ்'இல் வந்திறங்கி னான்.

அநேகமாகப் பூட்டியபடியே கிடக்கும் சில விஷேட அறைகளுள் ஒன்று, வந்தவனுக்காக அன்று திறக்கப்பட்டு ஆரவாரமான வரவேற்பு!

அவன் வந்ததிலிருந்து விடுதி முழுவதும் வாசனைத் தைலங்களின் நாற்றம்! சிலசமயம் தலை வலித்தது ... சில சமயம் இதமாயும் இருந்தது.

கீழே சமையல் பகுதியில் தடல்புடலான சமையல்கள், சமையற்காரர்கள் அன்று சந்தோஷமான பம்பரங்களாய் நின்றார்கள். பசியைக் கிளறும் முட்டைப் பொரியல் வாசனை யெல்லாம் வந்து வந்து வயிற்றை வதைத்தது!

மாலை நேரம் இந்தச் சிறுமி வந்தாள்.

                                          நிலவுக்குத் தெரியும்

கையில் ஒரு புத்தகமும் இரண்டு கொப்பிகளும்! அங்கு மிங்கும் அணில் பார்வை பார்த்துவிட்டு அறைக்குள் மெதுவாய் நுழைந்தாள். அதற்கப்புறம் இரண்டு மணிநேரத்தின் பின்தான் வெளியில் வந்தாள். வரும்போது கையில் சொக்லேற் இருந்தது. வாசலைக் குறுக்கறுத்து இவள்தான் வந்து கொண்டிருந்தாள். சிரித்தாள். அவளும் சிரித்தாள்.

ரஞ்சனியின் கையிலிருந்த உலர்ந்த உடைகளுள் ஒன்று நழுவிக் கீழே விழுந்தது. சிறுமி குனிந்து பொறுக்கிக் கொடுத்தாள்.

"நீ ஸ்கூலுக்குப் போறனீயா?" என்று ரஞ்சினி நன்றிச் சிரிப்போடு கேட்டாள். அவளுக்கு ஆங்கிலம் அவ்வளவாகப் புரியவில்லை. ஆனாலும் தனக்குப் பன்னிரண்டு வயதென்றும் பாடசாலைக்குப் போகிறவளென்றும் ஏதோ விதமாய்த் தெரிவித்தாள். பிறகும் சிரித்தாள், அப்புறம் போய்விட்டாள்.

அன்றைக்கு அவள் போய் நீண்ட நேரமாகிவிட்டபின்பும் ரஞ்சினிக்கு நெஞ்செல்லாம் ஏனோ பாரமாக அழுத்திக் கொண்டிருந்தது. எல்லையயற்ற எண்ணங்கள், படுக்கையிலும் உடலைப் புரட்டிப் புரட்டி விரட்டின! 'பன்னிரண்டு வயசில் எனக்கொரு தங்கச்சி இருக்கிறாள். அவளுக்கு இப்பவும் வடிவாகக் கொலரை இழுத்துச் சரிப்படுத்திச் சட்டை அணியத் தெரியாது. வறுத்த புளியங்கொட்டை சப்பிக்கொண்டு ஊஞ்சல் ஆடுவாள் ... ரஞ்சனிக்கு அழவேணும் போலெல்லாம் இருந்தது. அன்றிரவு முழுவதும் இனம்புரியாத அவஸ்தை யோடு ஊமையாக அழுதுகொண்டிருந்தாள்!

விடிந்த பின்பு லண்டனிலிருந்து call வந்தது. சொல்லும் போது இவளுக்குக் குரல் பதறியது. கண்களுக்குள் ஈரம் கசிந்தது!

"ரஞ்சு! உதொண்டும் வெளிநாடுகளில் பெரிய விசய மில்லை! உதுக்கேன் நீர் கவலைப்படுகிறீர்? அதை மறவும். நாளைக்கு அனுப்புகிற ஆக்களிலை நீர் வாறதைப் பற்றி ஜெகதீசனைக் கேளும் ..." என்றார் அவர்.

இவள் நைலின் அழகை அவருக்கும் சொல்லியிருக்க வேணும் என்று நினைத்துக்கொண்டு படியேறினாள்.

இரவு ஜெகதீசன் வந்தார். உடை முழுவதும் சுகந்தத்தை அள்ளிச் சுமந்துகொண்டு வந்து நின்றார். 'ரை'யும் 'ஸ்ஏ'வும் கண்களைப் பறித்தன! ஏதோ ஒரு முக்கியமான தகவலாக இருக்க வேண்டும். எல்லோரும் ஒருவரை யொருவர் பார்த்த படி நின்றார்கள்.

"நான் மேலதிகமாய்க் கேட்ட நாற்பதினாயிரம் ரஞ்சனிக் கும் அனுசியாவுக்கும் மட்டும் தான் வந்து சேர்ந்திருக்கு. நாளைக்கு ரெண்டு பேரும் வெளிக்கிடுறீங்கள். எல்லாத்தையும் 'ரெடி' பண்ணுங்கோ"

அப்புறம் three star க்குப் போய்விட்டார். அவர் சாய்ந்து நின்ற தூணிலிருந்து தொடர்ந்து சுகந்தம் பரவிக்கொண்டிருந் தது. மங்கை கத்தத் தொடங்கிவிட்டாள்.

"அஞ்சு லட்சம் கொடுத்துக் கணக்கெல்லாம் முடிச்ச பிறகு தானே, வெளிக்கிட்டனாங்கள்; இப்ப அரை வழியிலை வைச்சு 'கொண்டு வா' எண்டு அறுக்கிறான் பாவி! அவனுக் கென்ன ... கொள்ளுப்பிட்டியிலை கோடிக்கணக்காகச் செலவழிச்சுக் கோட்டை மாதிரி ஒண்டு கட்டிக்கொண்டிருக் கிறான். குளியலறைக்கு வைரக்கல் பதிக்கப் போறானாக்கும் எங்களை வைச்சு வறுக்கிறான் ..."

"சத்தம் போடாதையுங்கோ மங்கையக்கா எங்களுக்குள் ளேயே ஆரும் போய் அங்கை அண்டிவிட்டு விடுவினம். பிறகு நாங்கள் அரைவழியிலை அம்போதான்!" என்று குட்டிச் சகுந்தலா குசுகுசுத்தாள்! குட்டிச் சகுந்தலா, ஊரில் காதலனை விட்டு வருகிறாள். ஜேர்மனியில் தமையனுடன் போய்ச் சேர்ந்த பிறகு, காதலனைக் கூப்பிடுவாளாம். கெதியில் போய்ச் சேர்ந்து, கெதியா உழைத்து, கெதியா அவனைக் கூப்பிட வேணும் எண்ட தவிப்பு அவளுக்கு! இரவு, படுக்கைக்குப் போகும் நேரம் பார்த்து குஸ்குஸ் வந்து குரல் கொடுத்தார்.

"ரஞ்சினியையும் அனுஷியாவையும் கூட்டிக்கொண்டு வரச்சொல்லி, ஜெகதீசன் இப்ப போன் பண்ணினவர்; பயண விபரம் கதைக்க வேணுமாம்..."

அனுஷியா துள்ளிக்கொண்டு எழுந்தாள். ரஞ்சினி இரவுடையை அவசரமாய் மாற்றிக்கொண்டு புறப்படத் தயாரானாள்.

அரை மெல் தூரம் தெரு விளக்கினொளியில் நடந்து, நைல் நதிக்கரையிலிருக்கும் பளிங்கு விடுதிப் பக்கமாய்த் திரும்பி, பேரீச்சை மரங்களின் நிழல்களை மிதித்துக் கொண்டு சிவ்ப்பு ரோஜாக்களின் மெல்லிய வாசனையை நுகர்ந்தவாறே படியேறிய போது கால்கள் கூசின! தரையில் முகம் பார்க்க லாம் போல் பிரமிப்பு! ஜெகதீசனின் அறைவாசலை நெருங்கிய போதே கதவு திறக்கப்பட்டது! "வாங்கோ" என்றார். 'எப்படி இவருக்குத் தெரிந்தது; ஏதும் கமரா இருக்கோ?' உள்ளே

நிலவுக்குத் தெரியும்

இருபது அங்குல TVயில் 'கிரிக்கற் மட்ச்' போய்க்கொண்டிருந் தது. அறை முழுவதும் ஜெகதீசனின் வழமையான சுகந்தம். பெரிய Double bed பளபளக்கும் Head board பட்டு விரிப்புக்கள், சிவப்புக் கம்பளம், மெத்தென்ற மெத்தை, பஞ்சுத் தலையணைகள்!

ஜெகதீசனின் கையில் world map போலும், இரவு உடை யுடன் மெத்தைக்குள் புதைந்தபடி சாய்ந்தமர்ந்திருந்தார். அருகில் ஒரு சின்ன பீங்கானில் சீஸ்பிஸ்கற்.

ரஞ்சனியின் கண்களைப் பார்த்தவர் "சாப்பிடுமன்" என்றார். குமார் வெளியில் போய் இருந்து கொண்டார். "சரி... இப்பிடி இருங்கோ..." என்றார். 'கட்டிலிலையோ..?' அனுஷியா இவளைப் பார்த்து விழித்தாள்.

"என்ன முழுசிறீங்கள்..? இருங்கோவன்..." இருந்து விட்டார்கள். அஃப்பா... என்ன இதம்! இது தான் royal bedஓ..?

ஐந்து இலட்சத்து நாற்பதினாயிரம் கொடுத்து... மல்லிகைப் பூ மணக்க, வேப்பங்காற்று வீச, நீட்டி நிமிர்ந்து படுத்த வீட்டு விறாந்தாவையும் விட்டுவிட்டு நடுவழியில் வந்து நின்று, பத்துச் சதுர அடி அறைக்குள் பன்னிரண்டுபேர் வியர்வை மணக்க, நெருக்கிப் படுக்கும் விடுதி அறையின் வெற்றுத்தரை ஒரு கணம் நினைவில் வந்தது?

"சரி... இப்ப என்னென்டால் நீங்கள் ரெண்டு பேரும் Friends. Touristஆக லண்டனுக்குப் போறீங்கள்... Hair style உடுப்புகள் எல்லாம் அந்தமாதிரி எடுப்பாயிருக்க வேணும்... இதெல்லாம் லண்டன் வரைக்கும்தான்... லண்டனிலை கால் வைச்ச உடனே எல்லாம் இழந்த அகதி! அகதி மட்டும் தான்..."

ஜெகதீசன் சொல்லிக்கொண்டே போனார். அவரின் கண்கள் அடிக்கடி கதையை மேவி அவர்களுக்குள் ஊடுருவி மீண்டுகொண்டிருந்தன. அப்பப்போ நழுட்டுச் சிரிப்பொன்று சிரித்துக்கொண்டிருந்தார். அந்தச் சிரிப்பு எப்பவும் அவளுக்குப் பிடிக்காமல் இருந்தது.

"பிழை விட்டால்... பிடிபட்டால் நான் பொறுப் பில்லை... பிறகு என்ரை பெயர் ஜெகதீசனும் இல்லை..."

அனுஷியா இவளைத் திரும்பிப் பார்த்தாள். கண்கள் கலங்கத் தயாராவது போலிருந்தது. ரஞ்சனிக்குப் பயணப் பதற்றம், இப்போ தான் மிகச் சரியாக ஆரம்பமானது! காற்றில் கணவரின் குரலைத் தேடினாள்!

விழிகளிற்குள் ஜெகதீசனின் நழுட்டுச் சிரிப்புத்தான் மீளவும் அகப்பட்டது!

"அவ்வளவுதான் ... 'பாஸ்போட்' வெளிக்கிடேக்கை தருவன் ..."

அவர் படுக்கையால் இறங்கினார். இவர்கள் எழுந்தார் கள். "wish you all the best" ஜெகதீசன் நெருங்கி வந்து அவளின் கைகளைப் பற்றினார். நழுட்டுச் சிரிப்பு மிக அருகாய் வந்து இவள் கண்களுக்குள் நுழைந்தது! முதுகில் ஒரு கை இலேசாய்ப் படர்வதாய் உணருமுன், சட்டென்ற இழுப்பில், ஜெகதீசனின் சுகந்தம், மார்பெங்கும் நாற்றமாய்ப் படிந்தது! மேலெழுந்த மூச்சுத் திணறலுடன் தேகத்தின் பாகமெங்கும் தீப்பொறிகள் சிதறின ..! திகைத்தாள்; பிடுங்கி உதறிவிட்டு நகர்ந்தாள். றஞ்சினிக்குக் கண்களிற்குள் நீர் முட்டியது!

"சரி... கவனமாய்ப் போய் எல்லாத்தையும் ரெடி பண்ணுங்கோ ..."

மீண்டும் அதே நழுட்டுச் சிரிப்பு!

அனுஷியாவுக்கு என்ன நடந்தது? பேயடித்தது போல் சிரித்துக்கொண்டு வெளியில் வந்தாள்;.

விடிந்தால் பயணம்! எல்லாம் தயார்.

எல்லோரினதும் தூக்கக் குறட்டைகளைத் தவிர இரவின் நிசப்தம் அழகாய் அபூர்வமாய்த் தோன்றியது! அவளுக்கு நித்திரை வரவில்லை; மொட்டை மாடிக்கு ஓடினாள்! நட்சத்திரங்கள் இவளுக்காகவே காத்திருப்பவைபோல் கண் சிமிட்டிச் சிரித்தன! உச்சிக்கு வந்திருந்த பத்தாம் பிறை, நாடியில் கைவைத்து, பரிகசிப்பதும் சீண்டுவதுமாய் நகரும் முகிலோடு நளினம் செய்கிறது! கூதல் காற்று மெலிதாய் உடலைத் தழுவியது! கண்கள் காரணம் புரியாமல் பனித்தன! புண்ணாகிச் சுட்டதெல்லாம் தண்ணென்று ஆறுவதுபோல்! அகமும் புறமும் மெல்ல மெல்லக் குளிர்மையின் ஸ்பரிசம்! "றஞ்சினி... றஞ்சு..." காற்றோடு அவரின் குரல்..! நாசியைச் சீண்டும் வாசனை! அது அவரின் வாசனை..! அவருக்கேயுரிய வாசனை ..!

(இச்சிறுகதை 2000ஆம் ஆண்டு ஜனவரி லண்டனில் இருந்து வெளியாகும் *புலம்* இதழில் பிரசுரமானது)

                                    நிலவுக்குத் தெரியும்

கண்ணில் தெரியும் ஓவியங்கள் . . .

வாயிற் கதவுகளற்ற ஒரு படியில் அப்போது அவள் நின்றிருந்தாள். அது Under ground'ற்குப் பக்கத்தில் இருந்தது.

வர்ணம் தேய்ந்த வெளிச்சுவரொன்றில் ஒட்டப்பட்டிருந்த, யாரையும் கவர முடியாததுபோல் தோன்றிய ஒரு ஓவியத்தை அவள் பார்த்தபடி நின்றிருந்தாள். அழகையும் அபூர்வங்களையும் நடந்தபடியே ரசித்துச் செல்வதென்பது இந்த அவசர நாட்டின் பொது நடைமுறை! ஆனாலும் எத்தகைய வேளைகளிலும் சில நிமிடங்களாவது தரித்து நின்று, ரசித்து விட்டுச் செல்லவே அவள் மனத்தில் ஆர்வமிருக்கும்!

ஓவியத்தினூடாய் நெஞ்சிற்குள் ரசனையற்ற கேள்விகள் எழுந்து கொண்டன.

அடுத்த கணமே அந்த ஓவியத்தை அதில் கொண்டு வந்து ஒட்டி வைத்தவனை 'முட்டாள்' என்று தனக்குள் திட்டினாள்.

நவீன ஓவியங்கள் என்ற பெயரில் வர்ணக்கலவைகளின் சிதறல்களில் எதைப் போட்டாலும் குற்றம் சொல்லாமல் இரசிக்க வேண்டுமென்ற ஓவியனின் அதீதத் தன்னம்பிக்கை அவளுக்கு எரிச்சலூட்டியது.

'இல்லாத அர்த்தமொன்றைக் கண்டுபிடிக்க எவ்வளவு நேரத்தைச் செலவழிக்க வேண்டியிருக்கிறது ..?'

ஒருவித அதிருப்தி உணர்வுகளோடு அதிலிருந்து விலக முற்பட்டாள். மெதுவாக நடந்தவாறே ஏனோ அதை மீண்டும் திரும்பிப் பார்த்தாள். ஓவியத்தின் வர்ணங்களும் தெளிவற்ற கோடுகளும் எதையோ குறியீடுகளாய்ச் சொல்கிற மாதிரியும் இருந்தது. ஆடைகளைத் துறந்த, கொங்கைகள் பருத்த பெண்ணின் சாயல் ஒன்று தெரிவதுபோலவும் இப்போ மாயம் காட்டியது! புரிவதும் புரியாததுமான சில ஜாலங்கள் அந்த வர்ணக் கலவையினுள் தோன்றி மறைவது போலிருந் தது! கவனத்தைக் குவியப்படுத்தி மீண்டும் கவனித்தாள். அது சொல்லும் சேதியைப் புரிந்துகொள்ளப் பிரயத்தனப் படுகிற வேளை பார்த்து, உலகத்தில் தானொருவனே, தனி மனிதன் என்பதுபோல, யாரோ ஒருவன் கைத்தொலைபேசி யில் உச்சத் தொனியில் கத்திப் பேசிக்கொண்டு இவளைக் கடந்து போனான். அவனின் அதட்டலான பேச்சொலி அவளின் புலன்களை அடித்துப் பறித்துவிட்ட ஒரு நிலையில் அந்தச் சூழலின் நிஜம் திடீரென்று அவள் நினைவில் உறைத்தது! சுற்றுமுற்றும் அவசரமாகப் பார்த்தாள். அவளுடன் கூடவே வந்திருந்த ஒரு 'குட்டி ஆராய்ச்சியாளன்' தொலைந்து போயிருந்தது அப்போ தான் அவளுக்குத் தெரிய வந்தது! இரண்டடிகள் பின்னால் வந்து எட்டிப் பார்த்தாள். அவனைக் காணவில்லை என்ற உணர்வு வேகமாக மூளைக்குள் பரவிய போது ஒரு அதிர்வு ஏற்பட்டது! உடல் முழுதும் பதற்றம் பரவி அவளை உரத்துச் சத்தமிட வைத்தது.

"அருண் ... அருண் ..."

அவளின் பதற்றமான பெரிய குரலை, நாற்பது மைல் வேகத்தில் சென்றுகொண்டிருந்த வாகனங்கள் வாரியள்ளிச் சென்றுகொண்டிருந்தன.

அவள் 'Underground|ஐ நோக்கி அவசரமாய் ஓடினாள். வாசலில் அவளுக்கு அறவே பிடிக்காத அந்த உயரமான நாய் கட்டப்பட்டிருந்தது. German Shepherd'க்குரிய அதே பளபளக்கும் கண்கள்! சிறு பருவத்தில் கண்ட அவளின் செல்ல நாயகியான 'ஜிக்கி'யைத் தவிர வேறெந்த நாய்க்கும் அவளின் மானசீக உலகில் இடமிருப்பதில்லை என்பதால், அவள் எதையும் பொருட்படுத்தாமல் வேகமாய் உள்நுழைந்து பரபரவென்று கண்களைச் சுழல விட்டாள். நாயிற்கும் அப்பால் நான்கு பொலிஸ்காரர்கள் நின்றிருந்தார்கள்.

"அருண் ..."

இப்போ தழும்பலோடு வரும் அவளின் குரலை விழுங்கு வதுபோல 'German Shepherd', அவளது உதடுகளின் அசைவினை

  நிலவுக்குத் தெரியும்

ஊடுருவிப் பார்த்துக்கொண்டு நின்றிருந்தது. அதன் மெல்லிய மஞ்சள் விழிகளும் நீண்டு தொங்கும் நாக்கும், தடித்த குஞ்சம் போன்ற வாலும் ஒரு கணம், "அருண்" என்று கத்துவதை நிறுத்தி வைத்தது.

யாரையோ விசாரித்துக்கொண்டிருந்த பொலீஸ்காரர்கள் அவளைத் திரும்பிப் பார்த்தார்கள். 'Under ground'ற்குள் போவோர் வருவோர் எல்லாம் வகைவயொன பார்வைகளை வீசியெறிந்தபடி வேகம் வேகமாக நகர்ந்துகொண்டிருந்தார்கள். 'Security' அருகில் வந்தான். அவளுக்கு அவசரத்திலும் பதற்றத் திலும் மேல் மூச்சுக் கீழ்மூச்சு வாங்கியது.

"அம்மா ..." மெல்லிய கீச்சுக் குரலோடு, ரிக்கற் மெஷினுக்கு அருகில் நீண்டிருந்த ஜனவரிசையைப் பிய்த்துக்கொண்டு அருண் சிரித்தபடி ஓடிவந்தான்.

Securityக்கு விளங்கிபிருக்க வேண்டும். ஒரு புன்னகை யோடு checking pointஇல் மீண்டும் போய் நின்றுகொண்டான்.

"எங்கடா போனே ..?" கையைப்பற்றி, ஒரு காலை மடித்துக் குந்தியமர்ந்தவாறே பேருவகையுடன் அவனை முத்தமிட்டாள். தலையை ஒரு தடவை கோதி விட்டாள். போகும் தறுவாயி லிருந்த உயிர் மீண்டு வந்தது போலிருந்தது! 'German shep- herd' ஒரு தடவை குரைத்தது. குழந்தை முத்தத்தை நுகர்ந்த படியே இவளது தோளின் மேலாய் எட்டிப்பார்த்தான். இலேசான திகில் பரவிய கண்களை விரித்தபடி நாயின் பற்களைப் பார்த்துக்கொண்டே முத்தங்களை அனுபவித்தான். நாயின் ஒவ்வொரு குரைப்பும் அடைபட்ட 'Under ground' சுவர்களில் மோதி, பேரதிர்வுகளுடனான எதிரொலிகளை எழுப்பிவிட்டு, பிரதான வாயிலால் வெளியேறிக் காற்றில் கரைந்து காணாமல் போயிற்று!

அவள், அருணின் ஒரு கையை இறுகப்பற்றியபடி, கீழிறங்கும் மின்சாரப்படிகளில் போய் நின்றுகொண்டாள். வலப்புறம் வண்ணவண்ண மனிதர்கள் அன்ன வாகனத்தில் பறப்பது போல் மேலே வந்துகொண்டிருந்தார்கள். அவர் களுக்கு மேலாகச் சுவரில் ஓவியங்களும் விளம்பரங்களும், சிரித்தபடியும் முறுகியபடியும் போதைநிறைந்த கண்களுடன் ஆடைகளைத் துறந்தது பாதி ... துறவாதது பாதியாய் அழகழகாய் நகர்ந்துகொண்டிருந்தன! ஒவ்வொன்றையும் ஒருவித லயிப்போடு பார்த்து முடிக்குமுன் அவை கண்சிமிட்டி மறைந்தன. 'ஜில்'லென்ற காற்றுக் கீழிருந்து மேலாகத் தவழ்ந்து வந்து அவளின் கூந்தலை மெதுவாகத் தழுவுவதும் கலைப்பது மாய் அலைய வைத்துக்கொண்டிருந்தது! பாவாடை குடை

விரிப்பதும் சுருங்குவதுமாய் ஜாலம் காட்டியபடியிருந்தது. கழுத்தில் சுற்றியிருந்த மெல்லிய 'கிறீன் ஸ்காவ்' முகத்தை நளினத்துடன் வருடுவதும் விலகுவதுமாய்த் தத்தளித்துக் கொண்டிருந்தது. காற்றின் வேகத்தில் தலைமுடி கலைய, பரவசக் கண்களோடு அருண் அம்மாவை நிமிர்ந்து பார்த்தான். லண்டனின் கோடைக் காலத்தில் ரெயில்களோடு சேர்ந்து 'ஜில்'லென்று தள்ளியபடி வரும் இந்த 'அண்டகிறவுண்ட்' காற்று ஒரு புது சுகத்தைத் தருவது பற்றி அருணுக்கும் தெரிந்திருக்கும்.

கீழ்த்தளம் பரபரப்பிலும் சுறுசுறுப்பிலும் நிறைந்து வழிந்து கொண்டிருந்தது. North bound Platformக்கு அவள் திரும்பினாள்.

கனவுகளில் மிதந்தபடி ஏராளம் இளைஞர்கள்! இடை வெளிகளிருந்தால் காற்றுப் புகுந்துவிடலாமென, ஜோடிகள் இடைவிடாத நெருக்கத்தைப் பேணியபடியே போய்க்கொண் டிருந்தார்கள்.

Platform சுவரில் ஒற்றைக் காலை மடித்துச் சாய்ந்தபடி சுகிர்தராஜ்! அவன் கைகளில் ஏதோ சில புத்தகங்கள். இவர்களைக் கண்டதும் உற்சாகம் பொங்க, சிரித்தபடி அருகில் வந்தான். அருணைப் பார்த்து ஒரு செல்லமான சல்யூட் அடித்து, hello சொல்லிவிட்டு அவனைத் தூக்கிக் கொஞ்சிய படியே "நானிப்ப அக்கவுண்ட் கொம்பனி ஒண்டிலை வேலை செய்யிறனக்கா. Friend ஒருத்தனைச் சந்திச்சிட்டு வீட்டை போய்க்கொண்டிருக்கிறன்" என்றான் கண்களைத் திருப்பா மலே. தொடர்ந்து அருணின் தலையைக் கோதிவிட்டுக் கொண்டும், செல்லக் கதைகள் கேட்டுக்கொண்டும் தன் நேரத்தைச் செலவழித்துக்கொண்டிருந்தான்.

சில மாதங்களிற்கு முன்னர் . . .

அவனிடம் குழந்தைகளைப் பழகவிட வேண்டாம் என்று கமலினி சொல்லியிருந்தாள். ஆனால் குழந்தைகளுக்கு அவனை நிறையப் பிடிக்கிறதே என்பது இவளின் கேள்வி?

அவன் ஆண்களுடனான நெருக்கமான வாழ்வைப் பல வருடங்களாகப் பேணிக்கொண்டிருப்பவன் என எல்லோ ராலும் அறியப்பட்டவன் என்றாள் கமலினி.

அவனின் மென்மையான பண்பான குணங்களை இவள் சிலாகித்துக் கூறியபோது தனது பேச்சை இவள் நம்ப வில்லையோ என்ற தகிப்புக் கமலினியின் கண்களில்!

கமலினியின் அதீதக் கற்பனைப் பேச்சுக்கள் எப்பவும் இவளை மகிழ்ச்சிப்படுத்தியதாக ஞாபகம் இல்லை. அவள்

கருத்துக்களை எப்பவுமே திணித்துச் சாதிக்க விரும்புபவள் என்பது இவள் எண்ணம்.

இவளின் மெல்லிய புன்னகை கமலினியை அப்போது எந்தவிதத்திலும் ஆசுவாசப்படுத்தியிருக்காது என்பது மட்டும் தெரியும்.

"புதிய திறமையாளர்களின் வரவு ஏற்படுத்தும் மனப் பாதிப்புகள் அந்தச் சூழலை ஆக்கிரமித்திருப்பது எப்பவும் தவிர்க்க முடியாமலே இருக்கிறது" என்று ஆர்.கே. சொன்ன போது "அது பழையவர்களை மட்டுமல்ல முழு நிறுவனத்தை யுமே பாதிக்கும் நிலை வந்துகொண்டிருக்கிறது என்பது கவலைக்குரிய விடயம்" என்று பணியாளர்கள் சபைக் கூட்டத்தில் பணிப்பாளர் சொன்னார்! கமலினி பெரும் ஆமோதிப்புடன் தலையை ஆட்டிக்கொண்டிருந்தாள்.

"ஊதியம் இல்லாமல், ஒலிவாங்கியை மட்டும் குறியாகக் கொண்டு வரும் புதியவர்களால் 'நிகழ்ச்சிகளின் தரம் கேள்விக்குறியாகிக்கொணடு போகிறது' என நேயர்கள் பக்கமிருந்து கருத்துக்கள் வருகிறது" என்றான் இளங்கோவன்.

ஊதியப் பிரச்சனைகளால் ஏற்கெனவே அடிபட்டுப் போயிருந்த பணிப்பாளரின் முகம் அப்போது சட்டென்று சுருங்கிப்போனது.

கூட்டத்தில் புதியவர்களாய்ச் சமூகமளித்திருந்த சுகிர்த ராஜும் முரளியும் மெளனமாகவே எல்லாவற்றையும் கேட்டுக் கொண்டிருந்தார்கள்.

அதன் பின்னர் அவனைப் பற்றிய அதிகப் பேச்சு அவர்களிடம் இருக்கவில்லை. அப்படிப் பேசுவதையும் அசாதாரண ஆராய்ச்சிகள் செய்வதையும் இவள் விரும்பவு மில்லை.

பின்னர் ஒரு நாள் . . .

ஸ்ரூடியோவில் (studic) நாடக ஒலிப்பதிவு தூள் கிளப்பிக் கொண்டிருந்தது. இளங்கோவனும் பார்த்திபனும் சுகிர்தராஜும் நண்பர்களாகவும் அதே நேரம் ஒருவரையொருவர் மட்டம் தட்டியபடியே கிண்டல் பண்ணிக்கொண்டு சமைப்பதாகவும் ஒலிவடிவக் காட்சி! கூடவே கரண்டிகள் கத்திகள், பீங்கான் கோப்பைகளின் ஓசைகளோடு ஒலிப்பதிவு வெகு சிறப்பாக நடந்துகொண்டிருந்தது. சுகிர்தராஜ் கரண்டிகளை அடிக்கடி தட்டி, ஒலி எழுப்பிக்கொண்டிருந்தான். ஸ்ரூடியோ மேசை யில் பீங்கான் platesம் cupsம் பரவிக் கிடந்தன. இளங்கோவன்

சாட்டோடு சாட்டாக சுகிர்தராஜை உண்டு இல்லை என்பது போல் மிக மோசமாக மட்டம் தட்டிப் பேசிக்கொண்டிருந் தான். நாடகப்பிரதியில் இல்லாத சில சொற்களையும் கவர்ச்சியுடன் சேர்த்துக்கொள்வதுபோலச் சேர்த்துக்கொண்டு அட்டாசமாய் நடித்துக்கொண்டிருந்தான். கவிதா, பார்த்திப னின் girl friend வேடத்திற்குரிய குரலில் வெகு அநாயாசமாகப் புகுந்து விளையாடிக்கொண்டிருந்தாள். அவள் கையை நீட்டி ஆவேசத்துடன் "இப்ப... உந்தக் கண்டறியாத சமையலை விட்டிட்டு வரப்போறீங்களோ இல்லையோ ..." என்று கேட்டு முடிக்கு முன், அவளின் முன்னால் தொங்கிக்கொண்டிருந்த தொங்கு 'mic'கில் அவளின் வலது கை இடிக்க 'mic' தடா லென்று கீழே விழுந்து பெரிய ஆரவாரத்துடன் உருளும் ஓசை head phoneஇல் பயங்கரமாய் வந்தறைய, சாரு "cut ... cut ..." என்றபடியே ஒலிப்பதிவை அவசரமாய் நிறுத்திக் கொள்கிறாள்.

சுகிர்தராஜ் தாம் தூம் என்று கத்தத் தொடங்கினான். "ஆ... நல்லாப் போய்க் கொண்டிருந்தது ... அதுக்குள்ளை குழப்பிப்போட்டீர் கவிதா. மைக்கிற்குக் கிட்ட நிண்டு கத்தாமல் கொஞ்சம் தள்ளி நிண்டு கத்தியிருக்கலாமே..?" என்றவாறே அவளைச் செல்லக் கோபத்துடன் பார்த்தான்.

"இஞ்சை... mic தெரியாமல் தட்டுப்பட்டது, நான் வேணுமெண்டு விழுத்தேல்லை. உமக்கு இதுகளெல்லாம் பிடிக்கேல்லையெண்டால் பிடிக்கேல்லை எண்டு சொல்லும். அதுக்கேன்... micஐச் சாட்டிக்கொண்டு என்னிலை பாயுறீர்?"

கவிதா பகிடிபோலக் கோபத்தோடு சிரித்தாள். அவளின் அடுக்குப் பற்களுக்குள் ஆயிரம் நாகப்பாம்புகள் இருப்பதாக இவள் எப்பவும் கற்பனை பண்ணுவாள்!

சம்பந்தமில்லாத கவிதாவின் பதிலில் சுகிர்தராஜின் கண்கள் இலேசாகச் சிவந்து கிடந்தன!

பார்த்திபனும் இளங்கோவனும் காரணமின்றிச் சிரித்தார் கள்.

சின்ன சங்கரின் முகம் ஸ்ரூடியோவின் சிறிய ஜன்னல் கண்ணாடியினூடாகத் தெரிந்தது.

"என்னய்யா நடக்குது. நியூஸ் ரைம் எல்லே ..." என்ற பாவனையோடு நியூஸ் றூமிலிருந்து கொண்டு வந்திருந்த பேப்பர்களை அவன் தூக்கிக் காட்டினான்.

பார்த்திபன் ஜன்னலினூடாய் அகன்ற விழிகளுடன் ஆடிய சின்னசங்கரின் முகத்தைக் கண்டதும் திடுக்குற்றும் போய்க் கைக்கடிகாரத்தில் நேரத்தைப் பார்த்தான்.

  நிலவுக்குத் தெரியும்

"ஐயோ ... எனக்கிப்ப 'நியூஸ் ரைம்'! நான் தான் 'நியூஸ்' வாசிக்க வேணும்" என்றவாறே கதிரையைத் தள்ளிக் கொண்டு அவசரமாக எழுந்தான். அதே நேரம் பரபரப்போடு அங்குமிங்கும் தலையை நீட்டி, studioவின் நீண்ட கண்ணாடிச் சுவரினூடாகப் பிரதான ஒலிபரப்புக் கூடத்தை (Beam) எட்டிப் பார்த்தான். ஒலிபரப்புக் கூடத்திலிருந்து ஆர்.கே, Recording studioவை எட்டியெட்டிப் பார்த்துக்கொண்டிருந்தார். பார்த்திப னின் தலையைக் கண்டதும் வரும்படி சைகை காட்டியவாறே குறிப்பிட்ட விளம்பரங்களை ஒலிபரப்புச் செய்துகொண்டிருந் தார். ஆர்.கேயின் கணீரென்ற குரல், விளம்பரங்களின் பெரும் பகுதியைப் பிடித்துக்கொண்டு சிறிய ஒலிபெருக்கிகளினூடாகக் கலையகமெங்கும் நிறைந்து வழிந்துகொண்டிருந்தது.

"இப்ப என்ரை Beam time எண்டு தான் time sheetஇல போட்டுக் கிடக்குது" சுகிர்தராஜ் தத்தளிப்பு நிறைந்த கேள்விக்குறியோடு பார்த்திபனைப் பார்த்தான். பார்த்திபன் எதுவும் பேசாமல் இவளுக்குக் கண்ணைக் காட்டிவிட்டு வெளியேறினான்.

இவள் studio setஐ off செய்துவிட்டு ஒலிப்பதிவை எப்போ தொடருவது என்ற யோசனையில் பிரதியைப் பார்த்தபடி யிருந்தாள். ஒலிப்பதிவின் சில இடங்களில் பின்னணி இசை ஒத்துவராததுபோலத் துருத்திக்கொண்டிருந்தமை பற்றியும் யோசித்துக்கொண்டிருந்தாள்.

'ரீ' குடித்தால் இந்நேரம் நல்லாயிருக்கும் போலவும் தோன்றியது.

"உம்மட 'வொய்ஸ்க்கு 'நியூஸ்'ஐ விட 'உங்கள் விருப்பம்' நல்லாயிருக்கு சுகிர் ..." கவிதா வெளியில் யாரையோ பார்ப்பதுபோலப் பாசாங்கு பண்ணியபடி சொன்னாள்.

அவனுக்குக் 'குப்'பென்று முகம் சிவந்து கொண்டு வந்தது. குரல் நடுங்க, தெத்திப்பல் தெரிய, "உம்மட வேலையை நீர் பாக்கிறது எப்பவும் நல்லது ... நான் ஒரு 'கொமன்ஸ்'ம் உம்மட்ட இருந்து எதிர்பார்க்கேல்லை ..." என்றபடி தடா லென்று எழுந்து பதற்றத்தோடு வெளியேறினான்.

நாடக ஒலிப்பதிவில் அடுத்து இடம்பெறவிருந்த பாடல் காட்சியில் நடிப்பதற்குத் தயாராக நின்றிருந்த கமலினி அவன் வெளியேறுவதைப் பார்த்துக் கண்ணைக் காட்டினாள். அது சுகிர்தராஜை முற்றிலும் கேலி செய்வதாக இருந்தது! கவிதா சிரித்தாள். அவளுக்கு அது வரப்பிரசாதமாக இருந்தது. கோபம் வழியவழிய விழுந்துவிழுந்து சிரித்தாள். அவளது சிரிப்பின் நளினமான இராக அலைகளோடு ஆயிரம் நாகங்

கள் தலைநீட்டி ஆடிவிட்டுப் பின் தலைகளை உள்ளே இழுத்துக் கொள்வதாய் இவள் கற்பனை பண்ணிக்கொண்டாள்.

"சரி... பார்த்திபன் நியூஸ் முடிச்சிட்டு வரட்டும். எல்லாரும் ஒரு 'ரீ' குடிச்சிட்டுத் தொடருவம்" என்றவாறே இவள் எழுந்தாள்.

"எனக்கு 'அட்வேர்ட்' செய்ய ஸ்ரூடியோ வேணுமக்கா ..." கவிதா சொன்னவாறே ஒலிவாங்கிகளை உரிய இடங்களில் வைத்தாள்.

"அட்வேர்ட்க்கு மற்ற ஸ்ரூடியோ தானே பாவிக்கிறது .. ?" சாரு கேள்விக் குறியோடு பார்த்தாள்.

"அங்க இன்றவியூ ரெக்கோடிங் நடந்து கொண்டிருக்கு ..." – கவிதா.

"அதுக்கு நானொண்டும் செய்யேலாது கவிதா. பின்னேரம் 3மணி வரைக்கும் நான் book பண்ணியிருக்கிறன். நாடகம் 'ரெக்கோட்' பண்ணி முடிச்சு, 'எடிற்' பண்ணி மற்ற புரொகிராமும் ரெக்கோட் பண்ணிக் குடுத்திட்டுத் தான் நான் வீட்டை போக வேணும். உம்மை மாதிரிப் பக்கத்திலை யில்லை என்ரை வீடு"

கவிதா ஒன்றும் பேசவில்லை. வெளியேறினாள். ஸ்ரூடியோ வின் கண்ணாடிச் சுவரினூடாக beamஐயே நோட்டம் விட்ட படி நின்றிருந்த கமலினி சட்டென்று திரும்பி "நான் ரீ குடிக்கப் போறன். சாரு உங்களுக்கும் போடுறன் வாங்கோ.." என்றபடி கீழே kitchenக்குப் படியிறங்கினாள்.

ஆர்.கே. கண் சிமிட்டியபடி உள்ளே நுழைந்தார். beam பார்த்திபனிடம் பாரம் கொடுக்கப்பட்டிருந்தது.

"ரெக்கோடிங் முடியேல்லையாக்கும் ..." – எப்பவும் போலவே கண்களுக்குள் குறும்பை நிரப்பியபடி அவளைப் பார்த்துக்கொண்டு முன்னால் இருக்கும் கதிரையில் வந்து அமர்ந்தார். அவள் வெற்றுப் புன்னகையொன்றைச் சிந்திய படியே தலையை இலேசாக ஆட்டிவிட்டு ஒலிப்பதிவுச் சாதனங் களின் பிரதான மின்தொடுப்பையும் முழுமையாக off செய்தாள். சில நேரங்களில் கோபத்தையும் கவலையையும் அடக்க, அந்த air condition அறையும் ஆர்.கேயின் புன்னகையும் எப்பவும் உதவியாக இருப்பதை அவள் உணர்ந்து ரசிப்பாள்.

"ஆர்.கே. அண்ணை ... எனக்கிந்த இளையராஜாவின்ரை 'How to Name it?' CD ஒருக்கால் வேணும்" பிரதிகளை அடுக்கிய வாறே அவரைப் பார்க்காமல் கேட்டாள்.

  நிலவுக்குத் தெரியும்

"என்ரை லொக்கருக்குள்ளை இருக்கு. இந்தாங்கோ key தேவையானதை எடுங்கோ எண்டுதானே சொல்லுறன்..." அவர் புன்னகை மாறாமலே சொன்னார்.

"நீங்கள் 'ரீ' குடிக்கேல்லையோ?" அவளும் புன்னகையோடு கேட்டாள்.

"சாருவும் வந்தால் குடிக்கலாம் எண்டு தான் காத்துக் கொண்டிருக்கிறன்"

அந்த நேரம் அவரின் பேச்சும் புன்னகையும் மனத்திற்கு இதமாக இருந்தது. அவர் தனது நீண்டு வளர்ந்த கவர்ச்சியான சுருண்ட கேசத்தைக் கைகளால் கோதியபடியே எழுந்தார்.

Studioவுக்கு வெளியே அடுத்த பகுதியில் உள்ள தொழில் நுட்பச் சாதனங்கள் பொருத்தப்பட்ட மற்றைய அறைகளில் தமிழ்த் தொலைக்காட்சிக்கான ஒலி, ஒளிப்பதிவுகளும் விளம்பரப் படப்பிடிப்புகளும் வெகு மும்முரமாக நடைபெற்றுக் கொண்டிருந்தன. அவர்களில் இருவரின் குரல்கள் இவளின் நாடகத்திற்கு அவசியமான குரல்கள் என்று மிகவும் அங்கலாய்த்தவாறே இவள் படியிறங்கினாள்.

'வானொலிக்குத் தேவையான குவியப்படுத்தப்பட்ட தெளி வான குரல் எல்லோருக்கும் வாய்த்து விடாது. சுழியோடிப் பிடிக்க வேண்டியிருக்கிறது ..!'

Kitchenற்குள் கமலினி ரீ தயாரித்துக்கொண்டிருந்தாள். சுகிர்தராஜ் ஏற்கெனவே ரீ குடிக்க ஆரம்பித்திருந்தான். திடுமென்று சொல்லாமல் கொள்ளாமல் கதவைத் தள்ளிக் கொண்டு கவிதா வந்து நின்றாள்.

ஆர்.கே – சாரு நட்பு, எப்பவும் கவிதாவைப் பாதிக்கிறது என்பது அவளின் ஏக்கமும் கோபமும் கலந்த, பொய்யான புன்னகை நிரம்பி வழியும் இடுங்கிய விழிகளிலும், திடுமென்ற அதிரடி வரவுகளிலும் சாருவுக்கு நன்றாகவே விளங்கும்!

ஒளிரப்புக் கூடத்திலிருந்து ஜெயச்சந்திரனின் குரலில் "பொன்னென்ன பூவென்ன கண்ணே... உன் கண்ணாடி உள்ளத்தின் முன்னே..." என்ற பாடல் இதமாகக் காற்றில் மிதந்து வந்துகொண்டிருந்த ஒரு குளிர் நிறைந்த மார்கழி மாதத்து வெள்ளிக்கிழமை நாளன்று, கலையகமெங்கும் மின்சார ஒளி நிறைந்து இசையில் பரவசமடைந்திருந்த அழகான மாலை வேளையொன்றில், சடாரெனக் கதவைத் திறந்துகொண்டு உள்ளே சென்று "அது என்ன அவவுக்கு ஒரு நியாயம், எனக்கொரு நியாயம்? அவ மட்டும் இதுக் குள்ளை வந்து ஸ்பெஷல் ரோக் செய்திட்டுப் போகலாம்...

நான் மட்டும் வரக்கூடாதாக்கும் .. ?" – என்று Beamஇலிருந்த ஆர்.கேயின் முகத்தில் கவிதா அள்ளி வீசிய சூடான வார்த்தை களை இவள் தூர இருந்தே கவனித்ததும், அந்த வெப்பத்தில் ஆர்.கே. துடித்துச் சிவந்து போனதும் நல்ல ஞாபகம்! அந்த அதிர்ச்சி சாருவின் மனத்தில் அடிக்கடி வந்து போனது பற்றி ஆர்.கேக்கும் தெரியாது.

கணவனில்லாமல் வாழும் அவளிடம் சாரு எப்பவுமே அன்பு செய்ய ஆசைப்பட்டாள். அவளின் தனிமை நிறைந்த வாழ்வு பற்றி நினைக்கும் போதெல்லாம் துயர இசையொன்று எப்பவும் இவள் மனத்தினுள் ஒலித்துக்கொண்டேயிருப்பது பற்றி எப்போதும் அவளிடம் சரியாகச் சொல்லிவிட முடிவ தில்லை. அவளின் மெலிந்த தோற்றமும் இடுங்கிய கண்களும் இயலாமை நிறைந்த நடையும் பார்ப்பவர் மனத்தில் அளவற்ற கருணையை ஏற்படுத்தக்கூடியவை. நிறைய வானொலி நாடகங் களில் கண்ணீர் ததும்பும் காட்சிகளை ஒரு தொலைக்காட்சி நாடகத்திற்குரிய தத்ரூபக் காட்சியாக அவள் நடித்து விட்டிருக் கிறாள். அந்த நேரங்களில் சாருவின் கண்களிலும் கண்ணீர் ததும்பும். அவளின் high pitch voice, நாடகங்களுக்கு அடிக்கடி தேவையாக இருந்தது என்பதால் சாரு அவளைத் தாராள மாகப் பயன்படுத்தினாள்.

"சாரு அக்கா ... அருணை ஏன் இண்டைக்குக் கூட்டிக் கொண்டு வரேல்லை?" – சுகிர்தராஜ் ஆவலுடன் கேட்டான்.

கவிதா தன் விழிகளை உருட்டி எல்லோரையும் ஒரு முறை பார்த்துவிட்டு உதடுகளைக் குவித்து நளினம் பண்ணிய வாறே ஒரு கேலிப்புன்னகையை நெளியவிட்டாள். கமலினி அடக்க முடியாதவள் போலக் 'கிளுக்'கென்று சிரித்தபடியே tea cupsஐ மேசையில் வைத்துவிட்டு "ஏன் சின்ன பெடியன் இல்லாவிட்டால் வேலை ஓடாதாக்கும் ..." என்றாள் சிரித்த படியே.

சுகிர்தராஜ் தலையைத் திருப்பி ஏற்கெனவே சீண்டப் பட்ட ஒரு பிராணியைப்போல இலேசான சினத்துடன் அவளைப் பார்த்தான்.

அருவருப்புகள் நிறைந்த அந்தப் பொழுதைத் தவிர்த்திருக்க லாம் என்று சாரு அவஸ்தைப்பட்டாள். 'ரீ' குடிப்பதற்குப் பிறகொரு நேரத்தைத் தெரிவு செய்திருக்கலாமே என்றும் கவலைப்பட்டாள்.

"உமக்கொரு பொம்பிளை பார்க்கிறம் சுகிர் ..." என்றாள் கமலினி.

"ஓ... அதுதான் இப்ப இல்லாத குறையாக்கும். எனக்கு அதொண்டும் தேவையில்லை..." என்றான் சுகிர்தராஜ்.

"ஏன்... கலியாணம் கட்டி, குடியும் குடித்தனமுமாய் இருக்கப் பிடிக்கேல்லையோ அல்லது பொம்பிளைகளையே பிடிக்கேல்லையோ..?" – கவிதா அட்டணக்காலை ஆட்டிய படியே தலையைச் சரித்து, ஒரு தினுசில் கேட்டாள்.

சுகிர்தராஜ் சடாரென்று மேசையைத் தள்ளிவிட்டுக் கொண்டு எழுந்தான். கைகளும் கால்களும் கோபத்தில் நடுங்கின. உரு வந்தவன்போல் கண்கள் வெறிக்கப் பார்த்தான். சாரு வெலவெலத்துப் போய் ஆர்.கேயைப் பார்த்தாள். ஆர்.கே. செய்வதறியாது திகைத்துப் போயிருந்தார்.

கனத்த அமைதி நிலவிய கணத்தில் அவன் விசுக்கென்று வெளியேறினான். அவனின் tea cup, அரைவாசி ரீயுடன் இன்னமும் அப்படியே மேசையில் கிடந்தது.

பார்த்திபன் வெற்றிக்களிப்போடு உள்ளே நுழைந்தான். "ரீ இருக்கா..?" என்று ஒரு சாட்டுக்குக் கேட்டு வைத்தான். சுகிர்தராஜ் அந்தக் கட்டடத்தை விட்டே வெளியேறிவிட்ட மகிழ்ச்சி பார்த்திபனின் கண்களில்.

சாருவுக்கு இனம்புரியாத அசூயை உணர்வுகள் கிளம்பின! அந்த இடமும் மனிதர்களும் அந்நியம் நிறைந்ததாய்த் தோன்றின!

நான்கு பேருடன் அமைதியாக உச்சத்தை நோக்கிப் போய்க்கொண்டிருந்த உறவுப்பாலம் ஒன்று நாற்பது பேர் வந்தவுடன் அடைபட்டு நெரிபட்டு... ஈற்றில் உடைந்து விழுந்து விடுமோ என்று அச்சப்படுமளவிற்குச் சிதைவுகள் கூடிக்கொண்டே போவது போலிருந்தது! வெளியிலிருந்து தூண்டிவிடப்படும் சக்திகள் மிக வேகமாக ஊடுருவிக்கொண்டு வருவது போலவும் பயம் காட்டின.

பார்த்திபன் உற்சாகமாகப் பகிடி விட்டுக்கொண்டிருந் தான். கவிதாவைத் தவிர, யாரும் சிரிக்கவில்லை. கவிதா ஓரக்கண்ணால் ஆர்.கேயைப் பார்த்தபடியே சிரித்துக்கொண் டிருந்தாள். ஆர்.கே. எதை விரும்பிக் கீழே 'ரீ' குடிக்க வந்தாரோ அது அங்கே எரிச்சல் ஊட்டுவதாக அமைந்திருந் ததை அவரின் கண்கள் கூறின.

சாரு ஸ்ரூடியோவிற்கு மீண்டபோது சாந்தன் அதற்குள் ஒலிப்பதிவில் ஈடுபட்டுக் கொண்டிருப்பது தெரிந்தது. சாரு தயங்காமல் கதவைத் திறந்தாள். அவனது ஒலிப்பதிவு இதனால் தடைப்படுமென்று தெரிந்தும் அவள் சினத்தோடு

வாசலில் நின்றிருந்தாள். பின்னால் யாரோ திடும் திடுமென்று ஓடி வருவதுபோல் தோன்றத் திரும்பிப் பார்த்தாள். டொக்டர் சிறீ அவர்கள் கொடுத்துவிட்டுப் போன சில புத்தகங்களை மூச்சு வாங்காமலே ஓடிவந்த சின்னபாபு, இவளிடம் கொடுத்துவிட்டு, தொலைக்காட்சியின் விளம்பரப் பகுதிக்குள் நுழைந்து கொண்டான்.

"சாரு அக்கா, இப்ப நாலு மணிக்குரிய நிகழ்ச்சி இது. கெதியா முடிச்சிட்டு விடுறன் ... பிளீஸ் ..." சாந்தன் கெஞ்சி னான். அவள் ஒன்றும் பேசவில்லை. கதவை மூடிவிட்டுக் கையிலுள்ள புத்தகங்களைப் பார்த்தபடி வெளியில் வந்தாள்.

சுவரில் அடுத்த கிழமைக்குரிய பணியாளர்கள் கூட்டம் பற்றிய அறிவித்தல் புதிதாகப் போடப்பட்டிருந்தது.

"சாரு ... இப்ப போகவேண்டிய நிகழ்ச்சி தான் சாந்தன் ரெக்கோட் பண்ணிக்கொண்டிருக்கிறார். என்னடைக் கேட்டிட்டுத் தான் செய்யிறார். 20 நிமிசத்தில விட்டிடுவாராம் ... பிளீஸ் கொஞ்சம் adjust பண்ணுங்கோ" உப இயக்குனர் புன்னகையோடு கூறியவாறே இவளைக் கடந்து வெளியில் போய்க்கொண்டிருந்தார்.

மேசை மீதிருந்த தோற்பையினுள் இவளின் கைத்தொலை பேசியில் கிறிஸ் பிறவுண் காதல் ஏக்கத்தில் பாடத்தொடங்கி யிருந்தார். இது வீட்டிலிருந்து வரும் அழைப்பு என்பது மட்டும் அவளுக்கு நன்றாகத் தெரியும். அவசரப்படாமல் ஆறுதலாகப் போய்க் கைத்தொலைபேசியைத் தூக்கினாள்.

"இரவு எங்களுக்கு என்ன சாப்பாடு ..?"

இத்தகைய அத்தியாவசியக் கேள்வியை இந்த நேரத்தில், அறிவு கூடிய ஒரேயொரு நபர் மட்டும் தான் கேட்க முடியும் என்பது அவளுக்குத் தெரியும். தொலைபேசியில் பதில் சொல்லி விட்டு வைத்தபோது அவளுக்குத் தலையை வலித்தது!

மீண்டும் ஒலிப்பதிவைத் தொடங்குவதற்கு எல்லோரையும் ஒன்று சேர்க்கவே ஒருமணி நேரம் போதாது. அதன் பின்னர் ஒலிப்பதிவு முடிந்து, train எடுக்க 7 அல்லது 8 மணியாகிவிடும். வீடு போய்ச்சேர 10 மணியாகிவிடும். வீட்டில் உருத்திர தாண்டவங்களைச் சந்திக்கும் திராணி இப்போ வரவர அவளுக்குக் குறைந்துகொண்டே போகிறது!

அவள் எல்லாவற்றையும் மூடிக்கட்டிக்கொண்டு புறப்பட ஆயத்தமானாள். ஆர்.கே. துடித்துப் போனவராய் "என்ன ரெக்கோடிங் முடிக்காமலே போறீங்களா?" என்றபடி அருகில்

நிலவுக்குத் தெரியும்

வந்தார். இவள் கவலையோடு தலையை ஆட்டினாள். அவருக்குப் புரிந்திருக்க வேண்டும்.

"நாளைக்கு ஸ்ரூடியோ book பண்ணி விடவா?" என்று கேட்டார்.

"இல்லை... பிறகு நான் phone பண்ணுறன்" என்றாள்.

"நான் undergroundஇல drop பண்ணி விடவா..?" என்றார்.

"பரவாயில்லை நான் நடந்து போறன்..." புன்னகை யொன்றை உதிர்த்தவாறே அவள் படியிறங்கினாள். கவிதா அவசியமற்ற பொருளொன்றைத் தேடுவதாய் குறுக்கும் நெடுக்குமாக நடந்துகொண்டு திரிந்தாள்.

வாசலுக்கு வந்த ஆர்.கே. "சரி அப்ப கவனமாய்ப் போயிட்டு வாங்கோ..." என்றார். இவள் திரும்பிப் பார்த்து நன்றியோடு தலையசைத்தவாறே "சுகிர் போயிட்டானோ..?" என்றாள்.

"போயிட்டான்..." என்றார் ஒருவிதத் தயக்கத்துடன்.

இவள் கையை அசைத்துவிட்டு, புத்தகங்களையும் தோற்பையையும் சுமந்து கொண்டு வெளிப்படியைத் தாண்டி நடக்கத் தொடங்கினாள். வெளியில் இருளும் ஒளியும் கைகோத்தபடி ஒரு அந்திப் பொழுதினை அரவணைக்கத் தொடங்கியிருந்தன. இவள் 'சென் ஜோஜஸ்' வீதியைக் கடந்து, ஏ24 பிரதான வீதியில் ஏறினாள். canon companyயின் உயர்ந்த கட்டிடமும் வர்ண மின் விளக்குகள் பொருத்தப்பட்ட பெயர்ப் பலகையும் தூரத்திலிருந்தே கண்களைப் பறித்தன. வாகனங்கள் இரைச்சலைக் கொட்டியபடி இவளைக் கடந்து போய்க் கொண்டேயிருந்தன. Argos, Marks & Spencer, JJB, Boots... எல்லாவற்றையும் கடந்து சென்று McDonald's வாசனையை நுகர்ந்தபடி undergroundற்குள் இறங்கினாள். Trainற்குள் ஏறிய போது வீட்டு ஞாபகம் மட்டுமே இருந்தது.

கலையகத்தில் சுகிர்தராஜ் இல்லாமல்போன சில மாதங்களின் பின்...

இன்று ஞாயிற்றுக்கிழமை என்பதால்தான் அருணையும் கூட்டிக்கொண்டு சாரு கலையகத்திற்கு வந்திருந்தாள். திரும்பிப் போகும்போது அண்டர்கிறவுண்டில் சுகிர்தராஜைச் சந்திப் பாள் என்று அவள் சிறிதும் எதிர்பார்க்கவில்லை தான். அவனும் அவளை எதிர்பார்க்கவில்லை என்பதை இலேசான சங்கடம் கலந்த அவனின் சுருங்கிய விழிகள் சொல்லாமல் சொல்லின. சுகிர்தராஜைக் கண்டதில் அவனின் நாடகப்

பாத்திரங்களும் அவனுக்காக வேறொருவரைக் குரல் கொடுக்க வைத்ததில் ஏற்பட்ட அவஸ்தைகளும் தான் முந்திக்கொண்டு அவள் மனக் கண்முன் ஓடிவந்து நின்றன.

அருண் தொடர்ந்து செல்லக்கதைகள் பல சொல்லிக் கொண்டேயிருந்தான். German sheperd பற்றியும் விழுங்கி விழுங்கி ஏதோ மழலையில் சொல்லிக்கொண்டிருந்தான். சுகிர்தராஜ் அதை ரசிப்பதும் கேள்விகள் கேட்பதுமாய் அருணின் தலைமுடியை ஆதரவுடன் கோதிக்கொண்டிருந்தான்.

அருகில் நின்றிருந்த ஜோடிகள் முத்தத்தை விட்டுக் கொடுப்பதாயில்லை. வாயும் வாயும் உறிஞ்சியபடியே கைகளால் உடலைச் சுற்றிக் காற்றைப் போகவிடாமல் இறுகத் தழுவியபடி நீண்ட நேரமாய் நின்றிருந்தார்கள். அந்த இடத்தை விட்டுச் சற்று அப்பால் போய் நகர்ந்து நிற்கலாமோ என்றும் எண்ணம் தோன்றியது. சுகிர்தராஜ் எவற்றையும் சட்டை செய்யாமல் அருணுடன் செல்லம் கொஞ்சிக்கொண்டிருந்தான்.

இடையில் சாருவை நிமிர்ந்து பார்த்தவன் "sorry அக்கா, உங்கட ரெண்டு நாடகங்களும் ரெக்கோடிங் முடிக்க முதலே நான் வராமல் நிண்டதால... நீங்கள் சரியா கஷ்டப்பட் டிருப்பீங்கள்... sorry அக்கா... என்னால வேற ஒண்டும் செய்ய முடியேல..." அவன் சற்றே தயக்கத்துடன் கூறினான்.

"அதொண்டும் பரவாயில்லை. நீரிப்ப எங்கையிருக்கிறீர் சுகிர்..?" அவள் கேட்டாள்.

"உங்க தான் harrowவில..." அவன் சாதாரணமாகக் கூறினான்.

"Familyயோட இருக்கிறீரோ..?"

"இல்லை சாரு அக்கா..! அம்மா, அப்பா, தங்கச்சி எல்லாரும் ஊரில தானே... நானிங்கை பெடியள் கொஞ்சப் பேரோடை சேர்ந்து வீடெடுத்து இருக்கிறன்..."

"ஓ... அப்பிடியோ... அப்ப... அம்மாவைப் பார்க்க ஊருக்குப் போற எண்ணமொண்டும் இல்லையோ... எல்லாரும் இப்ப விழுந்தடிச்சுப் போகினம் வருகினம்..." சாரு எதார்த்தமாகக் கேட்டாள்.

"சே..! தம்பி... அண்மையில வீரச்சாவு. இப்ப நான் அங்கை வாறது அவ்வளவு பாதுகாப்பில்லையெண்டு அம்மா சொன்னா. அதால... பார்த்துச் செய்வமெண்டு யோசிக்கிறன்.

"எத்தினை வருசமா குடும்பத்தைச் சந்திக்காமல் இருக்கிறீர்?"

                    நிலவுக்குத் தெரியும்

"இப்ப 8 வருசமாகுதக்கா ..." அவன் சற்றே தொய்ந்து போன குரலில் கூறிவிட்டு, "இருந்தாலும் அங்கை தான் என்ரை முழு அலுவலும் இருக்குது ... கெதியாப் போகத்தான் வேணும் ... பார்ப்பம் ..." என்றவாறே "நா ... பிறகு dog என்ன செய்தது ..?" என்றவாறே அருணின் பக்கம் திரும்பினான்.

"டேய் மச்சான் ... எத்தினை தரமடாப்பா ... உனக்கு phone பண்ணுறது? phoneஐ offஇலேயே வைச்சிருக்கிறாய் ..?" கேட்டவாறே இளைஞன் ஒருவன் வந்து அவனின் தோளில் கையைப் போட்டான்.

"டேய் ... அண்டகிறவுண்டில எல்லே நிக்கிறன் ... என்னென்டு கொமினிக்கேசன் கிடைக்கும்? கிட்னியைப் பாவியடா" – சுகிர்தராஜ் கிண்டலாகக் கூறினான்.

Train குளிர்ந்த காற்றைத் தள்ளியபடி மெதுவாக வந்து நின்றது. பயணிகள் மின்னல் வேகத்தில் இறங்குவதும் ஏறுவது மாக இருந்தார்கள். மண்டபம் இடைவெளிகளின்றிச் சில நிமிடங்கள் நிரம்பி வழிந்தது.

சுகிர்தராஜ், அருணை அவசரமாகக் கீழே இறக்கி விட்டுச் "சரியக்கா ... ரெயின் வந்திட்டுது. நான் பிறகு உங்களைச் சந்திக்கிறன் ..." என்றவாறே திரும்பி அருணுக்கு "Bye" சொல்லிவிட்டு, அந்த இளைஞனுடன் கதைத்துக் கொண்டு போய் trainஇல் ஏறினான். train ஆயிரம் சனங்களை அள்ளிச் சுமந்தபடி நீண்ட சுரங்கத்தினூடாய் இருளைத் துளைத்துக் கொண்டு நகரத் தொடங்கியது.

இவள் தனக்குரிய அடுத்த train எப்போ வருமென்று digital information displayஇல் நேரத்தைப் பார்த்துக்கொண்டு நின்றிருந்தாள்.

அருண் "பசிக்குதம்மா ..." என்றான்.

அவள் எல்லாம் மறந்து வீட்டைப் பற்றி மட்டுமே யோசிக்கத் தொடங்கியிருந்தாள் ..!

ஏப்ரல், 2011.